Wikang Filipino III
基础菲律宾语

第三册

史阳 黄轶 编著
咸杰 审订

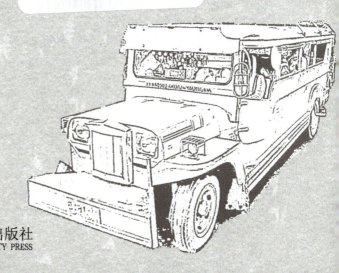

北京大学出版社
PEKING UNIVERSITY PRESS

图书在版编目(CIP)数据

基础菲律宾语. 第三册 / 史阳, 黄轶编著. —北京：北京大学出版社, 2018.7
(新丝路·语言)
ISBN 978-7-301-29314-0

Ⅰ. ①基… Ⅱ. ①史… ②黄… Ⅲ. ①他加禄语—教材 Ⅳ. ① H631.7

中国版本图书馆 CIP 数据核字 (2018) 第 037780 号

书　　名	基础菲律宾语（第三册）
	JICHU FEILÜBINYU
著作责任者	史阳　黄轶　编著
责任编辑	兰　婷
标准书号	ISBN 978-7-301-29314-0
出版发行	北京大学出版社
地　　址	北京市海淀区成府路 205 号　100871
网　　址	http://www.pup.cn　新浪微博：@北京大学出版社
电子信箱	lanting371@163.com
电　　话	邮购部 62752015　发行部 62750672　编辑部 62759634
印刷者	北京虎彩文化传播有限公司
经销者	新华书店
	650 毫米 ×980 毫米　16 开本　12.5 印张　220 千字
	2018 年 7 月第 1 版　2020 年 8 月第 2 次印刷
定　　价	36.00 元

未经许可，不得以任何方式复制或抄袭本书之部分或全部内容。
版权所有，侵权必究
举报电话：010-62752024　电子信箱：fd@pup.pku.edu.cn
图书如有印装质量问题，请与出版部联系，电话：010-62756370

前 言

北京大学菲律宾语言文化专业创办于1985年。在多年的教学实践中，我们主要使用菲律宾的语言材料作为授课材料，强调菲律宾语的标准化和实用性，其不足之处在于无法针对中国学生的特点进行讲解。在参考国外教材的基础上，我们编写了这套针对中国学生的《基础菲律宾语》系列教材。在编写这套教材的过程中，我们参考了国外教材的特点，并通过教学实践补充相关的语言材料。

这套教材共分3册，主要教学对象是高等教育菲律宾语专业低年级的学生，一般在3至4个学期内完成教学内容。

《基础菲律宾语》第一册主要包括菲律宾语概况、语音和课文三部分。菲律宾语概况主要介绍菲律宾语的发展过程，使学生对菲律宾语的总体特点有所了解。语音部分共有5课，按照由浅入深、难点分散的原则编写，每课主要包括发音部位讲解、发音难点分析、发音练习、语音辨析等部分组成。从第六课到第十五课是课文部分，以对话和短文为主，包括课文、注释、语法、练习和阅读，其中的语法部分既和课文相联系，又具有独立的系统性。第一册共15课，以每周授课10课时左右计算，前5课大约需要3—4周时间，后10课大约需要10—12周时间。根据菲律宾语词汇构成的特点，第一册教材要求掌握的单词大约为1000个，除了课文单词表中出现的单词，一些课后注解或语法解释中的常用词，也在学习要求之内。各个学校可根据实际情况调整教学进度。

《基础菲律宾语》第二册以课文和对话为主，课文部分主要介绍菲律宾的基本国情和历史文化，让学生掌握菲律宾语语法规则的同时进一步了解菲律宾；对话部分则帮助学生加强实境下的

口语交流技能,在介绍常用句型的同时逐步扩充词汇量。除课文和对话外,每课还包括词汇、注释、语法、练习和课后阅读。其中注释部分与课文及对话中出现的重点单词、短语和句型紧密相连,用例句的形式帮助学生更好地掌握这些重点内容的变化形式及使用方法。语法部分既与课文相关,又具有独立性,逐步深入,广泛地介绍菲律宾语主要的语法现象。练习部分和课文、注释、语法介绍直接相关,通过练习能更全面地梳理每课的重点。课后阅读作为泛读材料使用,以期达到扩大阅读量,提升学生阅读速度的效果。第二册教程共15课,每周授课10课时左右,每课大约需要1周时间,完成本册学习共需要15—17周。第二册教材要求掌握的单词量大约为2000个。各个学校可根据实际情况调整教学进度。

《基础菲律宾语》第三册以课文为主,这些课文分主题介绍了菲律宾的历史、地理、社会、文化、宗教信仰、价值观等,在帮助学生系统而深入地学习菲律宾语的同时,也能使其对菲律宾的社会文化状况有基本了解。每课由课文、对话、词汇、练习、阅读等部分组成,基本上全部用菲律宾语表述,旨在通过较大的阅读量,帮助学生更多、更深入地掌握词汇、短语、句型和习惯表达,从而达到语言能力的全面提高。本册教程每周授课10—12课时左右,第三册课文一般需要15—17周学习。除了深入学习和掌握课文和对话中出现的词汇和短语,课后阅读部分的短文是对课文的有益补充,也要求通过泛读式的学习来掌握。第三册教材要求掌握的单词量大约为2000个。各个学校可根据实际情况调整教学进度。

我们非常感谢北京大学国家外语非通用语本科人才培养基地、外国语学院对本套教材编写、出版的大力资助。由于时间仓促,编者能力有限,书中的疏漏之处,望广大使用者批评指正。

编者

2017年7月

目录

Aralin 1　Ang Pakikipag-ugnayan ng mga Ninunong Pilipino sa mga Unang Dayuhan ··· 1

Aralin 2　Mga Natatanging Pilipino sa Pagpapaunlad ng Kultura ······· 10

Aralin 3　Ang Pilipinas sa Pagdating ng mga Dayuhang Mananakop ·· 19

Aralin 4　Ang Mamamayan sa Pagpapanatili at Pagpapaunlad ng Sariling Kultura ·· 28

Aralin 5　Ang Kilusang Propaganda ··· 38

Aralin 6　Mga Bayani at Tanyag na Pilipino Noon ····················· 51

Aralin 7　Halinang Maglakbay sa Ating Kapuluan ····················· 63

Aralin 8　Ang mga Katangian ng mga Anyong Lupa at Anyong Tubig ng Pilipinas ··· 74

Aralin 9　Ang mga Rehiyon ng Pilipinas: Katimugang Luzon at Kabikulan ·· 87

Aralin 10　Ang mga Rehiyon ng Pilipinas: mga Rehiyon sa Visayas　101

Aralin 11　Ang mga Rehiyon ng Pilipinas: mga Rehiyon sa Mindanao (I) ·· 117

Aralin 12　Ang mga Rehiyon ng Pilipinas: mga Rehiyon sa Mindanao (II) ·· 136

Aralin 13　Paano Makatutulong o Makahahadlang sa Pag-unlad ng Pamumuhay ang mga Ugaling Nagpapakilala sa Ating Pagka-Pilipino ·· 150

Aralin 14　Sariling Kakayahan para sa Pagpapaunlad ng Pamumuhay ·· 165

Aralin 15　Pagtutulungan sa Pagtatamo ng Mithiin at Kanais-nais na Saloobin at Pagpapahalaga sa Paggawa ················ 177

参考文献 ·· 192

后记 ··· 193

Aralin 1 Ang Pakikipag-ugnayan ng mga Ninunong Pilipino sa mga Unang Dayuhan

一 课文 Testo[①]

Pakikipag-ugnayan sa mga Taga-India

Ang kulturang India ay nakarating sa bahaging timog ng Pilipinas dala ng mga mangangalakal na buhat sa Indonesia.

Natutunan sa mga taga-India ang sinaunang sistema ng pagsulat na papantig ng mga Pilipino. May mga nadagdag sa salitang Filipino na hango sa Sanskrit. Ang Sanskrit ang sinaunang wika ng mga taga-India. Ang ilan sa mga salitang ito ay ang *bathala, asawa, hari, ina, mukha, ganda, mahal,* at *tala.*

Natutunan din ng mga Pilipino na gumamit ng belo at kordon ang ikinakasal. Tanda raw ito ng pag-iisa bilang mag-asawa ng lalaki't babae.

Ang pagsamba sa mga anito at ibang idolo ay natutunan ng mga ninuno sa mga taga-India. Ang pagsusuot ng sarong at putong ay impluwensiya rin ng mga taga-India. May mga pamahiin din ang mga Pilipino na nakuha sa kanila: Ang babaeng naglilihi kapag kumain ng dikit na saging ay magkakaanak ng kambal. Ang dalagang kumakanta habang nagsasaing ay hindi makapag-aasawa.

---

① *Pilipinas: Bayan Ko 4*, 第 243—248 页。

Pakikipag-ugnayan sa mga Tsino

Ang mga Tsino ay isa sa mga pangkat ng dayuhang dumating sa Pilipinas upang makipagkalakal sa mga sinaunang Pilipino. Sila ay galing sa rehiyong Timog ng China. Una nilang narating ang hilagang Luzon bago mag-ika-10 siglo.

Sari-saring kalakal ang dala sa Pilipinas ng mga Tsino. Palitan ng mga produkto sa produkto ang paraan ng pakikipagkalakalan ng mga Tsino sa mga Pilipino, dahil wala pang salapi noon. Ang mga produktong dala ng mga Tsino tulad ng pinggang porselana, mga bangang porselana, plorera, at mga telang seda ay ipinagpapalitan ng mga Tsino sa mga Pilipino ng perlas, ginto, o di kaya'y bulak. Ang mga tapayang porselana ay ginamit ng mga Pilipino sa mga seremonya. May dala rin silang mga palamuti, kristal, at jade. Matapat ang mga Pilipino sa pakikipagkalakalan. Ang mga produktong hindi nauubos ay iniiwan ng mga Tsino sa mga Pilipino nang walang bayad upang ibenta sa mga baranggay at saka nila ito binabalikan pagkalipas ng pito o walong buwan upang bayaran ng mga Pilipino.

Sa mahabang panahon ng pakikipag-ugnayan ng mga Pilipino at mga Tsino ay maraming impluwensiya ang kanilang ipinamana sa pamumuhay, kaugalian, kagamitan, pagkain, at iba pa ng mga Pilipino.

Natutunan ng mga Pilipino sa kanila ang paggawa ng pulbura upang gawin mga paputok tuwing bagong taon at iba pang mahahalagang okasyon. Sa kanila rin natutunan ang paggawa ng mga kagamitang yari sa metal, pagsusuot ng camisa de china, paggawa at pagpapalipad ng saranggola, larong sungka, mahjong, at paglalaro ng trumpo. Maging ang pagsusuot ng puti sa pagluluksa ay natutunan sa kanila.

Naging bahagi rin sa pagkaing Pilipino ang mga pagkaing Tsino tulad ng lumpia, pansit, chop suey, okoy, siopao, siomai, at mami. Dala

Aralin 1 Ang Pakikipag-ugnayan ng mga Ninunong Pilipino sa mga Unang Dayuhan

rin ng mga Tsino ang mga gulay na petsay, bataw, at kintsay. Marami ring salitang Tsino ang naging bahagi ng wikang Pilipino tulad ng *susi, sipit, ate, ditsi,* at *gunting.*

Noong una, ang mga magulang ang pumipili ng magiging asawa ng kanilang mga anak. Ang kaugaliang ito ay natutunan din sa mga Tsino. Napalaganap din at napagtibay ang mga magagandang katangian na namana sa mga Tsino tulad ng mahigpit na pagkakabuklud-buklod ng mga mag-anak, kasipagan, katapatan, at paggalang sa mga magulang at matatanda.

Pakikipag-ugnayan sa mga Arabe

Pakikipagkalakalan din ang pangunahing layunin ng pakikipag-ugnayan ng mga Arabe sa mga ninunong Pilipino. Mga produktong porselana ang hinahanap nila sa iba't ibang pook ng Pilipinas upang maipagbili ito nang mataas na presyo sa mga pamilihan sa bahaging Timog-Kanlurang Asia.

Nakarating sa mga pulo ng Sulu ang mga misyonerong Arabe at ipinakilala nila ang relihiyong Islam sa mga Buranon sa pangunguna ni Karim Ul-Makhdom, isang misyonerong Muslim mula sa Malacca, isang lugar sa Peninsula ng Malaya.

Marami pang mga Misyonerong Muslim ang nakarating sa Mindanao. Malaki ang impluwensiya ng Islam sa pamumuhay ng mga Muslim sa Mindanao. Mahigpit nilang sinusunod ang nilalaman ng kanilang banal na aklat na tinatawag nilang Qur'an. Isa sa mga pangunahing tungkulin ng mga Muslim ay maglakbay sa Mecca, Saudi Arabia.

Ang mga salitang *salamat, sulat, apo, hukom, ina, kali, alak, pilak, alamat,* at *bukas* ay mga salitang Arabe na kabilang na sa wikang

Filipino. Kabilang din sa impluwensiya ng kulturang Arabe na naging bahagi ng kultura ng Pilipinas, lalo na ng mga taga-Mindanao, ay ang Singkil, ang disenyong okir, at Sarimanok.

Pakikipag-ugnayan sa mga Hapon

Nagsimulang dumating ang mga Hapones sa Pilipinas noong ika-15 dantaon. Dumaong ang mga barkong Hapones sa dalampasigan ng Ilocos upang makipagpalitan ng kalakal. Ang matagal na ugnayan ng mga Hapones at mga unang Pilipino ay nagdulot ng pagkakataon sa mga Pilipino na matutunan ang mga impluwensiya ng kulturang Hapones.

Naging tanyag sa Pilipinas ang negosyong *tingian*. Ipinamana ito ng mga Hapones.

Natutunan din ng mga Pilipino ang pag-aalaga ng itik at pagpaparami ng isda. Dahil dito, natutuhan ng mga unang Pilipino na maglabas ng itlog at tuyong isda sa ibang bansa.

Itinuro rin ng mga Hapones ang paggawa ng sandata at mga kagamitan, paggawa ng mga alahas, at ang mga bagong paraan sa pagsasaka.

二 对话 Usapan[①]

Tumatawag si Cynthia kay Luisa tungkol sa kanyang kasal.
C: Cynthia   L: Luisa

C: Kumusta, Luisa? Natanggap mo na ba ang imbitasyon ko?
L: Oo. Magpapakasal na pala kayo ni Arthur.

---

① *Let's Converse in Filipino*，第 169 页。

Aralin 1 Ang Pakikipag-ugnayan ng mga Ninunong Pilipino sa mga Unang Dayuhan

C: Dadalo ka, ha?

L: Siguradong dadalo ako. Sa umaga, pupunta ako sa binyag ng anak ni Monica. Sa tanghali, pupunta ako sa kumpil ng inaanak ko. Sa hapon, dadalo ako sa kasal mo.

C: Ang sabi mo, pupunta ka sa binyag ng anak ni Monica. Ni hindi ko alam na nanganak na pala siya.

L: Nanganak siya noong isang buwan. Lalaki ang anak niya.

C: Alam mo bang bagong panganak din si Amelia?

L: Hindi. Nagkita pa lamang kami sa konsiyerto noong Sabado.

C: Linggo ng gabi siya nanganak. Ikaw naman, Luisa, kailan ka ikakasal?

L: Magiging matandang dalaga yata ako. Wala pa akong nobyo.

C: Huwag kang mag-alaala. Dumarating ang pag-aasawa nang di inaasahan. Siya, magkita na lang tayo sa araw ng kasal ko.

L: Tiyak na naroon ako.

三　单词表　Talasalitaan

belo	面纱
kordon	绳子
sarong	纱笼裙
putong	头巾
naglilihi	怀孕
tapayan	大罐子
pagluluksa	服丧
kumpil	（天主教）坚振礼
pag-aasawa	婚姻

四 注释 Tala

课文注释

1. Ang kulturang India ay nakarating sa bahaging timog ng Pilipinas dala ng mga **mangangalakal** na buhat sa Indonesia.

    "...dala ng/ni...", "……由……带来";

    例：Ang pampalamig na ito ay **dala ni** G. Lopez.

    "mangangalakal" 是由词根 "kalakal" 加上词缀 "mang-" 变形而来（mang+kalakal → mangalakal → mangangalakal），意为"从事商贸的人"。

    例：**mangangalakal** sa pakyawan

2. May mga nadagdag sa salitang Filipino na hango sa Sanskrit.

    "hango"，形容词，意为"来自……的""从……中提出的"；其动词形式有 hanguin 和 humango。

    例：**Hinango** niya si Juan sa kanyang mga suliranin sa pananalapi.

3. Nakarating sa mga pulo ng Sulu ang mga misyonerong Arabe at ipinakilala nila ang relihiyong Islam sa mga Buranon **sa pangunguna ni** Karim UI-Makhdom, isang misyonerong Muslim mula sa Malacca, isang lugar sa Peninsula ng Malaya.

    "sa pangunguna ni..." 即 "以……为开端/先驱"。

    例：**Sa pangunguna ni** Sun Yat-sen, naglaban ang mga manghihimagsik para sa pagpapalaya ng Tsina.

对话注释

1. **Magpapakasal** na pala kayo ni Arthur.

    复数人称代词 +ni+ 某人名，表示包括某人在内的我们/你们/他们。

    例：Magtatrabaho sa CCTV **sila ni Daniel**.

Aralin 1   Ang Pakikipag-ugnayan ng mga Ninunong Pilipino sa mga Unang Dayuhan

2. **Ni hindi** ko alam na nanganak na pala siya.

　　"ni hindi"，"也不"；常用于"Hindi..., ni hindi..."句式中，表示"既不……，也不……"。

　　例：**Hindi** pa ako nakapupunta roon, **ni hindi** ako pupunta.

五 练习 Pangkasanayan

1. **Ayon sa mga binabanggit sa testo, magpaliwanag ng pinagmulan ng mga sumusunod na kultura ng mga Pilipino.**[1]

    (1) Sayaw na Singkil
    (2) Siopao, lumpia, at pansit
    (3) Paggawa ng alahas
    (4) Paggamit ng kordon sa kasal
    (5) Mga porselana
    (6) Negosyong tingian
    (7) Mga disenyong okir
    (8) Pag-aalaga ng itik
    (9) Mga salitang bathala, hari, at asawa
    (10) Paggawa ng mga paputok
    (11) Pagpaparami ng isda
    (12) Pagbisita o paglalakbay sa Mecca
    (13) Pagsusuot ng Camisa de China
    (14) Relihiyong Islam
    (15) Mga pamahiin
    (16) Pagpapaunlad sa pagsasaka
    (17) Mga telang seda
    (18) Pagsamba sa mga anito

2. **Sumulat ng isang usapan tungkol sa pagnenegosyo sa pagitan ng dalawang grupo ng tao, negosyanteng Tsino at katutubong Pilipino, at umarte ng mga pangyayari.**

---

[1] *Pilipinas: Bayan Ko 4*，第 249 页。

六　课后阅读　Pagbabasa sa Gawain Bahay

1. Paglaganap ng Islam sa Pilipinas[①]

Ang salitang Islam ay salitang Arabe na nangangahulugan ng pagsunod sa Panginoon. Ang Islam ay itinuturing hindi lamang bilang relihiyon kundi bilang paraan ng pamumuhay ng mga Muslim. Ito ay itinatag ni Mohammed, isang Arabeng mangangalakal na taga-Mecca, Saudi Arabia. Lumaganap ito sa mga bansa sa Kanlurang Asia sa pamamagitan ng mga mangangalakal na Arabeng Muslim.

Ang pag-aaral tungkol sa paglaganap ng Islam sa Pilipinas ay maaaring ibatay sa *tarsilah*, isang talaangkanan (*genealogy*) ng mga naging sultan.

Ayon sa mga tarsilah, pinamunuan ni Tuan Masha'ika ang mga *makdumin* o misyonero at mangangalakal na Arabeng Muslim noong kalagitnaang bahagi ng ika-14 na siglo sa pagtungo sa Buansa, ang tawag noon sa Sulu. Ang ilan sa kanila ay nakapag-asawa ng mga tagarito. Dahil dito, higit na umusbong ang kalakalan ng mga Arabe at mga taga-Sulu. Nagtatag sila ng mga pamayanang Muslim sa Sulu. Sumunod na dumating sa Sulu ang iba pang *makdumin* mula sa Kanlurang Asia noong ika-14 na siglo. Isa sa mga ito ay si Karim ul-Makhdum. Pinatatag ni Makhdum ang Islam sa Sulu sa pamamagitan ng pagtatayo ng mga moske at pagsasagawa ng mga misyon upang palaganapin ang Islam.

Higit na lumaganap ang Islam nang dumating si Sayyid Al-Hashim Abu Bakr sa Sulu. Itinanghal siya bilang sultan. Nagtatag si Abu Bakr ng mga *madrasah* o paaralan para sa pagtuturo ng mga aral ng Islam.

[①]　*Pilipinas: Bayan Ko 5*，第 64—65 页。

Aralin 1 Ang Pakikipag-ugnayan ng mga Ninunong Pilipino sa mga Unang Dayuhan

Pinamunuan naman ni Sharif Muhammad Kabungsuwan ang pagtatatag ng sultanato sa Maguindanao. Hinikayat niya ang mga katutubo sa kanilang relihiyon hanggang lumaganap ito sa Mindanao. Mula sa Mindanao, kumalat ang Islam pahilaga sa Palawan, Panay, Mindoro, at maging sa Maynila.

2. Minumura ni Rachel ang kanyang kapatid na si Finn[①]
R: Rachel   F: Finn

R: Napakatamad mo, Finn. Tamad kang maligo, tamad kang magbihis, tamad kang maglinis ng bahay. Tamad kang mag-ayos ng kuwarto mo.

F: Hindi ako tamad kumain at maglaro, Rachel. Masipag akong kumain. Masipag akong maglaro.

R: Pinagagalit mo na naman ako, Finn!

F: Binibiro lang kita. Masarap kang biruin. Nagagalit ka agad.

R: Sino ang hindi magagalit sa iyo? Mahirap kang utusan.

F: Sumusunod naman ako agad sa iyo.

R: Bihira mo akong sundin.

F: Utusan mo nga ako ngayon. Susunod ako agad.

R: Bumuli ka ng isang kilong asukal sa tindahan.

F: Hindi puwede, Rachel.

R: Bakit?

F: Darating si Tiyo Schuester. Susunduin ako. Manonood kami ng sine.

R: Naku...Pilyo ka talaga.

---

① *Let's Converse in Filipino*,第 208 页。

Aralin 2 Mga Natatanging Pilipino sa Pagpapaunlad ng Kultura

一 课文 Testo[①]

Sa bawat yugto ng kasaysayan ng ating bansa ay may mga Pilipinong nagpaunlad at patuloy na nagpapaunlad ng ating kultura. Natatangi ang kanilang mga nagawa sa larangan ng sining, sayaw, musika, arkitektura, teatro, pelikula, panitikan, iskultura, pagguhit, at iba pa. Sila ay itinuturing na tapat at yaman ng ating bansa.

Mga Pilipinong Dalubhasa sa Pagpinta o Sining Biswal

Namumukod tangi ang kakayahan ni Juan Luna sa larangan ng pagpinta. Ipinagmamalaki siya ng mga Pilipino dahil ipinakilala niya sa buong mundo ang kanyang pagmamahal sa bansa at ang damdaming Pilipino sa pamamagitan ng kanyang obra maestra na *Spoliarium*. Ang *Spoliarium* ay larawan ng madugong labanan ng mga gladiator sa Roma.

Bantog din si Felix Resurrecion Hidalgo dahil sa malikhain niyang pagpinta. Nagkamit ng gintong medalya ang karamihan sa kanyang ipininta. Sina Juan Luna at Felix Resurrecion Hidalgo ay mga bantog na pintor noong panahon ng Español. Nakilala noong panahon ng mga Amerikano si Fernando Amorsolo. Tanyag siya sa pagguhit ng mga magagandang tanawin sa nayon.

---

① *Pilipinas: Bayan Ko 4*，第 354 页。

Aralin 2 Mga Natatanging Pilipino sa Pagpapaunlad ng Kultura

Ang pinakamodernong estilo sa pagguhit ay sinimulan ni Victorio C. Edades. Tinawag siyang *Ama ng Makabagong Pagguhit sa Pilipinas.*

Mga Pilipinong Tanyag sa Larangan ng Iskultura

Bantog sa larangan ng iskultura o paglililok si Guillermo Tolentino. Dalawa sa kilalang bantayog na ginawa ni Guillermo Tolentino ay ang makasaysayang monumento ni Andres Bonifacio sa Lungsod ng Caloocan at ang bantayog ng Oblation sa Pamantasan ng Pilipinas sa Lungsod ng Quezon.

Kilala naman si Napoleon V. Abueva dahil sa kanyang mapangahas, masusi, at malikhaing obra maestra. Sa kanyang mga gawa ay makikita ang kanyang mga makabagong tuklas at bagong pamamaraan sa paglililok.

Sa kasalukuyang panahon kilala si Eduardo Castrillo. Kadalasan niyang ginagamit ang tansong dilaw (bronze) bilang medium sa kanyang mga obra maestra. Ginawa niya ang People Power Monument sa EDSA.

Mga Pilipinong Tanyag sa Larangan ng Arkitektura

Kung sa kahusayan sa paggawa ng plano ng mga istraktura at mga gusali, kilalang-kilala sina Pablo S. Antonio, Juan F. Nakpil, at Leandro V. Locsin sa bansa.

Ilan sa mga ginawa ni Pablo S. Antonio ay ang gusali ng Far Eastern University sa Maynila at ang gusali ng Social Security System (SSS) sa Lungsod ng Quezon.

Nangunguna naman sa mga bagong estilo ng arkitektura sa bansa si Juan F. Nakpil. Ang dating anyo ng bahay ni Jose Rizal sa Calamba at ang bagong anyo ng simbahan ng Quiapo sa Maynila ay ilan sa mga ginuhit niya.

Kilala naman sa buong Pilipinas at sa ibang bansa si Leandro V. Locsin dahil sa husay at galing niya sa paggawa ng mga disenyo at plano ng mga gusali. Ilan sa mga ginawa niyang disenyo ay ang *Cultural Center of the Philippines*, *Folk Arts Theater*, at *Philippine International Convention Center*.

Mga Pilipinong Tanyag sa Larangan ng Musika

Si Antonio Molina ang unang Pilipinong tumanggap ng gantimpala para sa pambansang musika. Magaling siyang guro ng musika bukod sa pagiging mahusay na musikero at kompositor. Ginamit niya sa kanyang mga komposisyon ang sinaunang instrumentong pangmusika tulad ng kulintang, gabbang, at marami pang iba.

Kilala si Jovita Fuentes bilang pinakamahusay na mang-aawit ng opera. Kinilala siya sa ibang bansa dahil nagtanghal siya sa iba't ibang sentro ng opera sa daigdig.

Tanyag na kompositor, mananaliksik, konduktor, at guro ng musika si Antonio Buenaventura. Pinatanyag niya ang *Philippine Army Band* bago sumiklab ang digmaan.

Mga Pilipinong Tanyag sa Larangan ng Sayaw

Sa larangan ng sayaw tanyag ang pangalang Francisca Reyes Aquino. Dahil sa kanya, natutuhan natin ang mga katutubong sayaw at mga katutubong awit.

Sa larangan ng pagsayaw ng ballet ay kilala si Lisa Macuja. Kinilala siya sa buong mundo bilang "Prima Ballerina". Nakapagtanghal na siya sa iba't ibang panig ng mundo.

Aralin 2 Mga Natatanging Pilipino sa Pagpapaunlad ng Kultura

Mga Pilipinong Tanyag sa Larangan ng Pelikula

Nagsimula ang produksyon ng pelikulang Pilipino noong 1917 nang bilhin ni Jose Nepomuceno ang kagamitang pampelikula sa isang negosyanteng Amerikano. Nagsimula na ring dumami ang nais magprodyus ng pelikula at dumami rin ang mga sinehan.

Hindi lamang sa Pilipinas nakilala si Lamberto V. Avellana kundi maging sa ibang bansa dahil sa paglalarawan niya ng magagandang kultura ng Pilipino. Kilala rin ang husay ni Eddie Romero bilang direktor, manunulat ng dulang pampelikula, at prodyuser. Siya ang natatanging Pilipinong tagagawa ng pelikula na ang buong buhay ay itinalaga sa sining at komersiyo ng sinema. Ang malalaking ideya ni Romero ay hindi nakulong sa mga limitasyon ng industriya ng pelikulang lokal. Ilan sa mga obra maestra niya na umani ng maraming parangal ay ang *Ganito Kami Noon... Paano Kayo Ngayon?* na kwento ng rebolusyon laban sa mga Español at Amerikano, ang *Agila*, kwento ng isang pamilya at kasaysayan ng bansa. Ang *Kamakalawa* ay tumatalakay sa kwentong-bayan ng Pilipinas noong panahong pre-historiko ng Pilipinas.

二 对话 Usapan[①]

Nakikipag-usap sina Paula at Yoly sa loob ng kantina ng paaralan.
P: Paula   Y: Yoly   T: Tony

P: Sabik na akong malaman kung sino ang mapipiling Modelong Estudyante ng Taon.

Y: Si Rod, sino pa. Siya pa ang pinakamarunong, pinakamabait,

---

① *Let's Converse in Filipino*，第 201 页。

pinakamasipag, at pinakamagalang na estudyante sa eskuwelang ito.

P: Hindi naman. Mas marunong sina Elma at Reggie. Kasimbait ni Rod sina Jackie at Teddy. At napakagalang nina June, Ludy, at Cesar.

Y: Tama ka, Paula. Pero tandaan mong lahat ng mga katangiang iyan ay dapat na nasa isang tao.

P: Ibig mong sabihin, si Rod lamang ang may mga katangiang iyan?

Y: Palagay ko.

P: Heto si Tony. Masayang-masaya siya.

Y: Pihong nanalo si Rod. Matalik niyang kaibigan si Rod.

T: Magandang balita! Si Rod ang napiling Modelong Estudyante ng Taon.

Y: Sabi ko na sa iyo, Paula.

三　单词表　Talasalitaan

yugto	部分、阶段、幕
namumukod	突出的、卓越的
mapangahas	大胆的
gantimpala	奖励
sumiklab	点燃、爆发
katutubo	当地的；土生土长的，生来的；当地人、原住民
sabik	心急的、急切的
piho	确定的、有把握的

Aralin 2　Mga Natatanging Pilipino sa Pagpapaunlad ng Kultura

四　注释　Tala

课文注释

1. **Namumukod** tangi ang kakayahan ni Juan Luna sa larangan ng pagpinta.

   1) namumukod 词根是 bukod，可作动词或形容词。

   ① 作动词，原形为 mamukod，意为"变得杰出、独具一格、脱颖而出"。

   ② 作形容词，意为"显著的、突出的、杰出的"。

   例句：**namumukod** na ginawa

   2) bukod-tangi 是形容词，意思是"独一无二的、别具一格的"。

   例句：**Bukod-tangi** ang kanyang mga kuwento.

2. **Ipinagmamalaki** siya ng mga Pilipino dahil ipinakilala niya sa buong mundo ang kanyang pagmamahal sa bansa at ang damdaming Pilipino sa pamamagitan ng kanyang obra maestra na *Spoliarium*.

   ipinagmamalaki 词根是 laki，动词原形是 ipagmalaki，意为"引以为豪，表现出满足、骄傲"。

   例句：**Ipinagmamalaki** ng mga taga-Baguio ang kanilang magandang siyudad.

3. **Nagkamit** ng gintong medalya ang karamihan sa kanyang ipininta.

   nagkamit 词根是 kamit，动词原形是 magkamit，意为"取得、获得、得到"。

   例句：mga sanaysay na **nagkamit** ng Palanca Award

4. Siya ang natatanging Pilipinong tagagawa ng pelikula na ang buong buhay ay **itinalaga** sa sining at komersiyo ng sinema.

   itinalaga 词根是 talaga，动词原形是 italaga，意为"全部投入、奉献、致力于……"

   例句：Dapat **italaga** ng isang mabuting ina ang kanyang sarili sa pag-aalaga sa kanyang mga anak.

对话注释

1. **Sabik** na akong malaman kung sino ang mapipiling Modelong Estudyante ng Taon.

    sabik 的意思是"急切的、期盼的"。

    例句：**Sabik** siya sa pagtatagumpay.

2. **Kasimbait** ni Rod sina Jackie at Teddy.

    kasimbait 是 kasing 与 bait 的结合。

    kasing-/sing- 加在词根前，意为"和……一样"。当词根首字母为 b/p 时，变为 kasim-；词根首字母为 d/l/r/s/t 时，变为 kasin-。

    如：kasingganda（同样美丽）、kasing-itim（一样黑）、kasimbata（一样年轻）、kasintaas（一样高）。

    例句：Magandang umaga, **kasing ganda** mo!

    Kasingtaas ako ng kuya ko.

五 练习 Pangkasanayan

1. Isalin ang mga pangungusap sa wikang Filipino.

    (1) 菲律宾人民以何塞·黎萨为傲。（ipagmalaki）

    (2) 中国运动员经常拿金牌。（magkamit）

    (3) 牧师们将毕生致力于服务上帝的事业。（italaga）

2. Guhitin ang mga akda o gawa sa kanyang manunulat o maygawa.

    ① Eduardo Castrillo   a. "Oblation"

    ② Pablo S. Antonio   b. Spoliarium

    ③ Leandro V. Locsin   c. bahay ni Jose Rizal

    ④ Guillermo Tolentino   d. Philippine Army Band

    ⑤ Eddie Romero   e. Ganito Kami Noon... Paano Kayo Ngayon?

Aralin 2 Mga Natatanging Pilipino sa Pagpapaunlad ng Kultura

⑥ Juan Luna　　　　　　f. gusali ng Far Eastern University
⑦ Juan F. Nakpil　　　　 g. People Power Monument
⑧ Antonio Buenaventura　h. Cultural Center of the Philippines

六　课后阅读　Pagbabasa sa Gawain Bahay

1. Mga Pilipinong Tanyag sa Larangan ng Panitikan[①]

　　Ipinahayag ng mga manunulat na Pilipino sa kanilang mga lathalain ang pagmamahal sa bayan, kaugalian, at tradisyon ng mga Pilipino, ang tagumpay ng mga bayani at mamamayan at ang kagandahan ng paligid.

　　Sa panahon ng Español nangunguna si Dr. Jose Rizal. Sinulat niya ang walang kamatayang nobela na *Noli Me Tangere* at *El Filibusterismo*. Kabilang din sina Francisco Balagtas na sumulat ng *Florante at Laura*, Graciano Lopez Jaena na nagtatag at patnugot ng *La Solidaridad*, at Marcelo H. del Pilar na nagtatag ng *Diyaryong Tagalog*.

　　Kinilala ring manunulat sa panahon ng Español, Amerikano, at Hapon si Lope K. Santos. Tinagurian siyang *Ama ng Balarila ng Wikang Pambansa*.

　　Sa panahon ng Amerikano, kilala si Juan Abad sa kanyang makabayang dulang *Tanikalang Ginto*, Aurelio Tolentino sa kanyang *Kahapon, Ngayon, at Bukas*, Juan Matapang Cruz sa kanyang akda na *Hindi Ako Patay*, at si Severino Reyes sa kanyang *Walang Sugat*.

　　Ipinarating ni Nick Joaquin sa mga mambabasa ang magagandang bahagi ng kulturang Pilipino sa pamamagitan ng kanyang mga sanaysay, dula at tula. Isa sa kanyang tanyag na mga dula ay ang *Tatarin*.

---

① *Pilipinas: Bayan Ko 4*，第 362 页。

Isang Pambansang Alagad ng Sining din si Alejandro Reyes Roces. Isa siyang manunulat ng maikling kwento at sanaysay at pinakamahusay na kwentista ng komikong maikling katha sa bansa. Isa sa mga ginawa niya ay ang *My Brother's Peculiar Chicken*.

2. Nagkikita si Helen at kanyang anak sa kanilang kapit-bahay sa labas ng teatro.[①]

H: Helen   **R:** Rita   **L:** Lea

H: Rita, kumusta ka?

R: Ikaw nga ba, Helen? Ito ba ang anak mong si Lea?

H: Oo. Matangkad siya ngayon, ano?

R: Oo nga. Matangkad pa sa akin. At napakaganda. Kumusta ka, Lea?

L: Mabuti po.

H: Kumusta ang mga anak mo? Kumusta si Ernie?

R: Malulusog lahat. Malalakas sila at matataba. Si Ernie naman, payat pa rin. Maalalahanin pa rin at mapagmahal sa pamilya.

H: Talagang napakasuwerte mo. Mabait na ang asawa mo, malulusog pa ang mga anak mo. Maligayang-maligaya ang pamilya mo.

R: Mas masuwerte ka sa akin. Balita ko'y mayamang-mayaman na kayo. Napakarunong at napakabait ni Lea. Maganda ka, at tulad nang dati, mabait at masayahin. Anong suwerte pa ang kailangan mo?

H: Tama ka na naman.

R: Pareho tayong masuwerte.

---

① *Let's Converse in Filipino*,第 200 页。

Aralin 3 Ang Pilipinas sa Pagdating ng mga Dayuhang Mananakop

一 课文 Testo[①]

Epekto ng Pananakop ng mga Español

Sa loob ng 333 taong pananakop ng mga Español ay marami silang naiturong pagbabago sa ating pamumuhay at katutubong kultura.

Anu-ano ang naging impluwensiya ng mga Español sa ating katutubong kultura?

Relihiyon

Ang pagpapalaganap ng bagong relihiyon ay naging madali sa mga Español. Kristiyanismo ang pinakamahalagang impluwensiya ng mga Español sa ating kultura. Maraming tao sa mga lugar ang naging Kristiyano ngunit mayroon ding hindi nabigyan ng pagkakataon na maging Kristiyano dahil malayo ang lugar at mahirap puntahan tulad ng mga Muslim sa Mindanao, pangkat etniko sa kabundukan ng Luzon, Mindoro, at Palawan.

Malaki ang naging papel ng mga prayle at mga misyonero sa pagpapalaganap ng Kristiyanismo. Napag-ugnay nila ang mga ritwal ng Kristiyanismo sa mga ritwal ng katutubo. Ang bagong relihiyon ay nagdulot ng maraming mabubuting bagay. Nagkaroon ng matibay na

---

[①] *Pilipinas: Bayan Ko 4*，第 262—266 页。

pananampalataya ang mga tao sa aral ng Panginoon. Bininyagan ang mga Pilipino at nagkaroon ng mga apelyidong Español tulad ng Lamadrid, Santos, Cruz, Reyes, at iba pa.

Natutunan ng mga Pilipino ang mga kaugaliang panrelihiyon tulad ng pagdiriwang ng piyesta bilang parangal at pasasalamat sa santong patron ng bawat lugar. Naging bahagi na sa fiesta na maghanda ng pagkain at parada ng mga banda. Natutunan din ng mga Pilipino ang pagpuprusisyon, pagnonobena, at pagrorosaryo.

Ang lubos na paniniwala ng mga katutubo sa tulong ng Panginoon ay nagdulot ng hindi maganda sa ilan dahil karamihan sa kanila ay hindi na kumilos at nagsikap upang maiangat ang kanilang buhay. Ipinasa-Diyos na lang nila ang kanilang kapalaran.

Pananamit

Nagkaroon ng pagbabago sa kasuotan ang mga katutubo. Natutunan ng mga babae na magsuot ng Maria Clara. Natuto rin silang gumamit ng alampay o panwelo. Naging bahagi rin sa kasuotang pambabae ang pagsusuot ng medyas, sapatos, at payneta.

Ang mga lalaki naman ay natutunan ang pagsuot ng pantalon at Amerikana, sumbrero, at nauso rin isuot ang barong Tagalog.

Pagkain

Ang mga pagkaing Español ay tinangkilik ng mga Pilipino. Natutunan ng mga Pilipino ang pagluluto ng pochero, menudo, torta, escabeche, relleno, asado, kaldereta, estofado, lechon, adobo, at sancucha. Nadagdagan din ang mga pagkain tulad ng atsara, tinapay, tsokolate, sardinas, at longganisa.

Ang paggamit ng kutsara, tinidor, kutsilyo, pinggan, at serbilyeta sa hapag kainan ay itinuro rin ng mga Español. Dinala rin ng mga Español sa bansa ang repolyo, mais, tsiko, papaya, at kasoy.

Edukasyon

Malaki ang pagbabago sa sistema ng edukasyon sa bansa. Nagkaroon ng mga paaralang parokya na pinamumunuan ng mga prayle. Matataas lamang na antas ng lipunan ang nakapag-aaral dito. Sila ay tinawag na *principalia*. Kakaunti lamang ang mga Pilipinong kabilang dito. Dito tinuruan ang mga mag-aaral ng tungkol sa relihiyon, musika, pagbasa, pagsulat, at ng wikang Español.

Malaki ang pagkakaiba ng Pilipinong mayaman at mahirap. Ang mayayamang mestiso ay natuto ng wikang Español at ang mahihirap naman ay gumamit ng katutubong wika dahil hindi sila nakapag-aral sa paaralang mayaman.

Nagtatag din ang mga Español ng mga paaralang pansekondarya at pangkolehiyo. Kabilang sa kolehiyong panlalaki ay ang Kolehiyo ng San Ignacio na itinatag noong 1589 sa Maynila.

Kabilang naman sa paaralang pambabae ang Kolehiyo ng Santa Potenciana at Kolehiyo ng Santa Isabel. Noong 1595 ay itinatag ang kauna-unahang pamantasan sa bansa, ito ang Pamantasan ng San Carlos sa Cebu. Itinatag naman sa Maynila ang Unibersidad ng Santo Tomas noong 1611.

Nagkaroon din ng pagkakataon ang mga mayayamang Pilipino na pumunta sa España at sa Europa upang makapag-aral at magpakadalubhasa. Ibinahagi nila sa kapwa Pilipino ang mga makabagong kaalaman upang mapayaman ang katutubong kultura at magising ang makabayang damdamin ng mga Pilipino.

Panitikan

Ang mga panitikang panrelihiyon ay naging bahagi ng kulturang Pilipino. Ang mga ito ay ginamit upang palaganapin ang Kristiyanismo. Karaniwan na lumalabas noon ang cenaculo, moro-moro, comedia, corrido, at awit. Ang pagsasadula ng paghihirap ni Kristo nang paawit ay tinawag na cenaculo. Sa kasalukuyang panahon, ito ay isinasagawa sa entablado tuwing Mahal na Araw. Ang pagtutunggali ng mga Muslim at Kristiyano ay inilalarawan naman sa comedia at moro-moro. Ang halimbawa naman ng awit ay ang *Florante at Laura* ni Francisco Balagtas.

Nakilala rin ang mga dulang tulad ng sarswela at ang mga kwento ng pag-ibig at kababalaghan. Ang sarswela noon ay itinatanghal sa Teatro Comico sa Intramuros. Ito ang kauna-unahang tanghalan ng bansa.

二　对话　Usapan[①]

Pumupunta sina Aaron at Oscar sa restauran.

A: Aaron　O: Oscar

A: Ano ang gusto mong kainin?

O: Bahala ka na. Ang gusto ko lang, masarap at mainit na pagkain. Ayoko ng malamig na pagkain.

A: Mainit na mainit na sopas ang oorderin ko.

O: Ano pa ang gusto mong orderin?

A: Isdang may sarsang matamis at maanghang.

O: A, gusto ko nga ng isda. Ano pa?

---

① *Let's Converse in Filipino*，第 81—82 页。

Aralin 3 Ang Pilipinas sa Pagdating ng mga Dayuhang Mananakop

A: Bistek na may pritong sibuyas at patatas.

O: Basta't hindi maalat.

A: Hindi.

O: At hindi rin maasim?

A: Hindi. Maalat nang kaunti dahil sa toyo at maasim nang kaunti dahil sa limon. Tamang-tama ang lasa. Malinamnam ang bistek sa restawrang ito.

O: Huwag mong kalimutan ang mainit na kanin.

A: Hindi ko kalilimutan.

O: At ang himagas.

A: Hindi ko kalilimutan.

三　单词表　Talasalitaan

prayle	天主教会修士
pagrorosaryo	（天主教）念玫瑰经
maiangat	提升
alampay	披在肩上的方巾
payneta	梳子（用作装饰）
pochero	一种由肉、西红柿等疏菜炖制的菜
menudo	一种由猪肉、土豆、胡萝卜做成的菜
parokya	教区
sopas	汤
bistek	牛排
himagas	甜点

四 注释 Tala

课文注释

1. Sa loob ng 333 taong pananakop ng mga Español ay marami silang **naiturong** pagbabago sa ating pamumuhay at katutubong kultura.

    naituro 意为"能够指引（方位）"，在文中抽象地运用为"能够被教授的"，原形为 maituro，词根为 turo，mai- 复合词缀表示"能够"。

    例句：**Maituro** mo kaya sa mapa ang iyong bayan?

2. Ang lubos na paniniwala ng mga katutubo sa tulong ng Panginoon ay nagdulot ng hindi maganda sa ilan dahil karamihan sa kanila ay hindi na kumilos at nagsikap upang maiangat ang kanilang buhay. **Ipinasa-Diyos** na lang nila ang kanilang kapalaran.

    Ipinasa-Diyos 意为"传递给上帝"。动词 ipinasa 原形为 ipasa，词根为 pasa，意为"传递"，在文中可意为"寄托给……"。

    例句：**Ipinasa** niya sa akin ang kasalanan.

对话注释

1. Bahala ka na. 你做主。

    固定短语，多用于口语表达中。

2. Basta't hindi maalat. 只要（它）不咸。

    Basta't 意为"只要……"。Basta 单独使用于口语中表示强烈的语气："Basta！"意为"够了！停！"

五 练习 Pangkasanayan

1. **Isalin ang sumusunod na talata sa wikang Filipino.**

    西班牙人在我们国家长期的殖民统治给我们的文化带来了巨

Aralin 3　Ang Pilipinas sa Pagdating ng mga Dayuhang Mananakop

大变化。尽管如此，菲律宾原本的文化并没有被我们忘记，仍然被我们坚持保护着、不断丰富着。西班牙人带来的好的、符合我们文化的影响，我们应当保持下去并不断将其充实。

2. Isalin ang sumusunod na pangungusap sa wikang Tsino.

(1) Maalat nang kaunti dahil sa toyo at maasim nang kaunti dahil sa limon.

(2) Nang lumubog ang lupang tulay, naiwan ang mga Ita sa bansa at tuluyan na silang nanirahan sa kapuluan.

(3) Ang mga Pilipino ay hindi nagtamasa ng kanilang mga karapatan at kalayaan na mamuhay nang malaya sa kinagisnang lupain.

(4) Subalit ang pagsisikap ng mga pari ay nagwakas nang hatulan sila ng kamatayan sa pamamagitan ng paggarote noong Pebrero 17, 1872.

六　课后阅读　Pagbabasa sa Gawain Bahay [①]

1. Reaksyon ng mga Pilipino sa Di-Mabuting Epekto ng Pananakop ng mga Español

　　Ginamit ng mga Español ang relihiyon upang gawing kasangkapan sa pagtanggap ng mga katutubong Pilipino sa kulturang Español at sa uri ng kanilang pamamahala sa ating bansa. Nakatulong ang ilan sa ating pamumuhay at ang iba naman ay nagdulot ng di maganda sa ating paniniwala, pagpapahalaga, kaalaman, at panlipunang pamumuhay.

　　Ang mga Pilipino ay hindi nagtamasa ng kanilang mga karapatan at kalayaan na mamuhay nang malaya sa kinagisnang lupain. Naghirap

---

① *Pilipinas: Bayan Ko 4*, 第 267—268 页。

ang mga Pilipino sa kamay ng mga Español. Lubhang mapaniil at mapagmalabis ang mga Español sa kanilang mga patakaran at pinaiiral na sistema sa lipunan. Kabilang dito ang pagkamkam nila sa malalawak na lupain ng ating mga ninuno, pagpapairal ng monopolyo ng tabako, sapilitang paggawa, kalakalang galleon, paniningil ng mataas na buwis, pagbili sa mga pananim at produkto sa murang halaga, pang-aapi, at pang-aalipin.

Ang ganitong mga pangyayari ay nagdulot ng mga pag-aalsa sa iba't ibang bahagi ng bansa laban sa mga Español. Naghimagsik ang mga Pilipino. Noong 1574, pinamunuan ni Haring Lakandula ang paghihimagsik sa Tondo. Marami pang paghihimagsik ang sumunod sa iba't ibang sulok ng Pilipinas. Pinamunuan ni Francisco Dagohoy ang pinakamatagal na paghihimagsik sa Bohol na tumagal ng 85 taon mula 1744—1829. Pinamunuan naman ni Apolinario dela Cruz ang paghihimagsik laban sa mga prayle noong 1840-1841 sa Quezon. Itinatag niya ang Cofradia de San Jose at nakakalap ng maraming kasapi mula 4,500 hanggang 5,000 na nagmula sa mga bayan ng Tayabas, Tiaong, Batangas, at Laguna. Ang pag-aalsa sa Samar ay pinamunuan ni Sumuroy at sa Ilocos ay pinamunuan naman nina Diego at Gabriela Silang, at marami pang iba. Ang mga pag-aalsang ito ay hindi nagtagumpay.

2. Nakikipag-usap ang nanay kay Diego.[①]

Nanay: Kumain ka ng prutas at gulay, Anak.
Diego: Mas masarap ang sorbetes, cake, at tsokolate, Nanay.

---

① *Let's Converse in Filipino*,第83—84页。

Nanay: Kung pulos matatamis ang kakainin mo, masisira ang mga ngipin mo.
Diego: Hindi masarap ang prutas, Nanay.
Nanay: Masarap. Matatamis ang mga hinog na prutas. May mga prutas na maasim pag hindi pa hinog pero masarap ding isawsaw sa asin. Huwag kang kakain ng bubot na prutas dahil kung hindi mapait, mapakla.
Diego: Prutas na lang ang kakainin ko, huwag nang gulay.
Nanay: Mainam sa katawan at kailangan ng katawan ang gulay. Nagluto ako ng gulay na repolyo, bitswelas, kalabasa, at ampalaya.
Diego: Nanay, mapait ang ampalaya.
Nanay: Hindi mo malalasahan ang pait ng ampalaya. Iginisa ko sa bawang, sibuyas, hipon, at baboy ang mga gulay.
Diego: Talaga po bang dapat akong kumain ng gulay?
Nanay: Oo. Matamis-tamis ang lasa ng mga murang gulay. Hindi ako nagluluto ng magulang na gulay.
Diego: Magustuhan ko kaya ang gulay, Nanay?
Nanay: Palagay ko'y magugustuhan mo.
Diego: Anong prutas ang binili ninyo?
Nanay: Saging, melon, at pakwan. Mamili ka ng gusto mong kainin.
Diego: Gusto ko'y lansones, mansanas, ubas, at kahel.
Nanay: Diego, sasakit ang tiyan mo kung sabay-sabay mong kakainin ang lahat ng prutas na'yan.
Diego: Nagbibiro lang ho ako. Kumain na tayo, Nanay.
Nanay: Mabuti.

Aralin 4 Ang Mamamayan sa Pagpapanatili at Pagpapaunlad ng Sariling Kultura

一 课文 Testo[①]

Ang pamahalaan ay nagtakda ng mga batas tungkol sa pangangalaga ng ating kultura. Ito'y nagpapahiwatig na dapat nating pahalagahan ang ating kultura.

Bilang mamamayang Pilipino, may mga kaugalian tayong tinatamasa at may mga tungkulin ding dapat gampanan sa pagpapanatili at pagpapaunlad ng sariling kultura.

Tinitiyak ng pamahalaan ang ating mga karapatan upang maisakatuparan natin nang naaayon sa batas. May mga institusyon ding tumutugon bukod sa pamahalaan upang ang ating mga karapatan ay maisulong at mapangalagaan. Kabilang dito ang pamilya, paaralan, simbahan, at mga samahan.

Sa kabila nito, nararapat lamang na tumbasan natin ng tungkulin at pananagutan ang mga karapatan na ating tinatamasa sa ngayon. Sa bawat karapatan ng tao ay may katumbas na tungkulin. Madarama natin ang tunay na kasiyahan kung sa bawat karapatan ay handa tayong tumupad ng ating tungkulin.

Tungkuling gamitin ang kaalaman, talino, kasanayan at kakayahan

---

① *Pilipinas: Bayan Ko 4*,第 336—344 页。

Aralin 4 Ang Mamamayan sa Pagpapanatili at Pagpapaunlad ng Sariling Kultura

sa pagpapaunlad sa sarili, bansa, at kultura.

Ang mga natamong kaalaman at nalinang na talino, kasanayan, at kakayahan sa paaralan ay dapat gamitin nang wasto para umunlad ang sarili, makatulong sa kapwa, at maging bahagi sa pagsulong ng bansa. Ang mamamayang may edukasyon ay higit na makatutulong sa pagpapalaganap at paglinang ng kultura.

Tungkulin sa Bansang Pilipinas

Tungkulin ng mamamayang Pilipino na ipagmalaki ang bansang Pilipinas. Tungkulin din ng mga Pilipino na maging matapat sa bansa at paglingkuran ito sa oras ng kagipitan o digmaan. Hindi pinahihintulutan ng pamahalaan ang sinuman na suportahan ang mga kaaway dahil isa itong pagtataksil sa bansa.

Dapat din nating igalang at pahalagahan ang mga sagisag ng ating bansa. Ang mga ito ay nagpapakita ng ating pagkakakilanlan bilang Pilipino.

Mayaman ang Pilipinas sa mga magaganda, matitibay, at mataas na kalidad na produktong gawa ng mga Pilipino. Tungkulin nating ipagmalaki at tangkilikin ang mga ito upang makatulong sa pagkakaroon ng marangal na hanapbuhay ng mga Pilipino at makatulong din sa pag-angat ng ekonomiya ng ating bansa.

Tungkulin din nating sundin ang mga patakaran at mga atas na ipinatutupad upang magkaroon nang maayos na kapaligiran at pamayanan para sa tahimik at matiwasay na pamumuhay.

Ang tungkulin ng mag-anak, paaralan, at simbahan

Ang mag-anak, paaralan, at simbahan ay mga institusyong tumutulong sa pagpapaunlad at pagpapanatili ng kultura. Ang mga

institusyong ito ang pumupukaw sa atin upang mahalin, pahalagahan, at paunlarin ang kulturang sumasalamin sa ating pagkakakilanlan bilang Pilipino.

Mag-anak

Sa ating mag-anak, una nating natatamo ang ating mga karapatan. Dito natin unang naisasagawa ang mga tungkulin.

Tungkulin ng ating mga magulang na gabayan tayo sa ating paglaki at turuan ng magagandang bagay upang sa ating paglaki ay maging isang mabuting mamamayan.

Sa mag-anak, natututunan natin ang mga katutubong kaugalian at tradisyon na bahagi ng ating kultura. Pinananatili nating masaya ang tahanan sa pamamagitan ng pagtutulungan, respeto, at pagmamahalan.

Sa tahanan natututunan natin ang pagiging magalang, mapagmahal, matulungin, matapat, at pagiging maka-Diyos. Nagmamano tayo sa matatanda bilang paggalang sa kanila. Naging kaugalian na rin natin na magsama-sama sa pagsisimba tuwing araw ng pagsamba.

Ang angking talino at kakayahan ng isang bata ay unang natutuklasan ng mga magulang at mga kasambahay. Sa tahanan sinisimulan ang pagpapaunlad ng talino sa tulong at suporta ng mga magulang.

Bilang kasapi ng mag-anak, tungkulin naman ng bawat isa na sundin ang mga patakaran sa tahanan at sundin ang mga payo ng magulang. Tungkulin naman natin bilang mamamayan na pagyamanin ang magagandang natutunan at paunlarin ang angking talino upang maging kapaki-pakinabang na mamamayan.

Paaralan

Mahalaga ang tungkuling ginagampanan ng paaralan sa pagpa-

Aralin 4 Ang Mamamayan sa Pagpapanatili at Pagpapaunlad ng Sariling Kultura

panatili at pagpapaunlad ng ating kultura. Dito natututunan ang maraming bagay, tulad ng mabubuting asal at gawin at mga kaalaman na magagamit sa pang-araw-araw na pamumuhay at pakikitungo sa kapwa. Higit sa lahat natututo tayo sa mga katutubong awit, sining, panitikan, sayaw, kasuotan, kaugalian, at tradisyon.

May mga programa sa paaralan na itinatanghal ang mga katutubong awit, sining, panitikan, at sayaw. Tungkulin naman ng bawat isa na tangkilikin at ipagmalaki ang mga anito. Kailangan ding ibahagi ang kaalaman para sa pagpapaunlad ng pamayanan.

Simbahan

Malaki rin ang tungkuling ginagampanan ng simbahan sa pagpapanatili ng mga tradisyon, kaugalian, paniniwala, at mga pagdiriwang na panrelihiyon. Ilan sa mga tradisyon na pinahahalagahan ng simbahan ay ang sama-samang pagsisimba ng buong pamilya at pagrorosaryo sa tahanan para sa pagkakabuklod ng mga kasapi nito. Hinihikayat din ng simbahan ang mga kasapi ng pamilya na sumapi sa mga panrelihiyong samahan.

Patuloy pa ring isinasagawa ng mga Pilipino ang simbang gabi tuwing Pasko at ang masayang pagsalubong sa bagong taon. Hindi pa rin nawawala ang mga pagdiriwang na panrelihiyong tulad ng fyesta, Mahal na Araw, Ramadan, at iba pa. Mayroon ding kaugalian sa pagbibinyag, pagkakasal, pangungumpisal, pagkumpil, ang pagtanggap ng katawan ni Kristo, at pagbendisyon sa patay.

Nagsasagawa rin ng mga kaugaliang panrelihiyon ang mga Muslim, mga di-Kristiyano, at ang iba pang relihiyon upang mapalapit sa Panginoon.

Tungkulin ng simbahan na ituro ang mga kautusan ng Panginoon at ang pagmamahal sa kapwa. Tungkulin naman ng bawat isa na gumawa ng mabuti upang maging kalugud-lugod sa Panginoon at sa kapwa.

二 对话 Usapan[①]

Nagpapaalam si Raymond kay Albert dahil uuwi siya.

R: Raymond   A: Albert

R: Uuwi na ako, Albert. Babalik na lamang ako bukas.

A: Bakit ka nagmamadaling umuwi?

R: Hinihintay ako ng Tatay. Marami kaming gagawin sa bahay.

A: Ano ang gagawin ninyo?

R: Magtatabas kami ng damo sa harap ng bahay.

A: Sandali lang gawin iyan.

R: Magpipinta rin kami ng bakod. Magkukumpuni pa kami ng bubong ng bahay.

A: Marami ka nga palang gagawin sa bahay.

R: Ako rin ang nagpapakain ng baboy at nagpapatuka ng mga manok.

A: Mabuti pa nga ay umuwi ka na. Bukas na lamang tayo magkita. Ako naman, pupunta ako sa garahe. May kinukumpuning awto ang Tatay ko. Tutulong ako sa kanya.

R: Hanggang bukas, Albert.

A: Adios, Raymond.

三 单词表 Talasalitaan

nagpapahiwatig   体现、表明
tinatamasa   享有

---

① *Let's Converse in Filipino*, 第 138 页。

Aralin 4　Ang Mamamayan sa Pagpapanatili at Pagpapaunlad ng Sariling Kultura

nalinang	有教养的、文雅的
pagpapalaganap	发扬、推广
pinahihintulutan	准许
pagtataksil	拒绝承认、背叛
anito	神像
hinihikayat	劝导、鼓励
pangungumpisal	忏悔
magtatabas	修剪、除草
magkukumpuni	修理
nagpapatuka	喂鸡
kinukumpuni	修理

四　注释　Tala

课文注释

1. Ito'y **nagpapahiwatig** na dapat nating pahalagahan ang ating kultura.

    hiwatig 的意思是"建议、暗示"；其动词形式为 ipahiwatig/ magpahiwatig，意为"直接或间接地体现"。

    例句1：May mga taong **nagpapahiwatig** ng pagtitiwala sa sarili.

    例句2：Ang kanyang di-pangkaraniwang kasipagan ay **nagpapahiwatig** na mayroon siyang hihilingin.

2. Sa kabila nito, nararapat lamang na **tumbasan** natin ng tungkulin at pananagutan ang mga karapatan na ating tinatamasa sa ngayon.

    tumbas (panumbasan) 的意思是"比例、对等物"；形容词词组 katumbas ng 意为"等价于"；动词 tumbasan/tumubas/ makatumbas 意为"使对等、等同于"。

    例句1：Ang pagtango ay **katumbas ng** pagsasabi ng oo.

    例句2：Ang sinabi niya sa akin ay **nakakatumbas** ng pag-alipusta.

3. Ang mga institusyong ito ang **pumupukaw** sa atin upang mahalin, pahalagahan, at paunlarin ang kulturang sumasalamin sa ating pagkakakilanlan bilang Pilipino.

　　pumukaw/makapukaw/pukawin 意为"激发、激励"。如果强调激发某种情感，与 ng/ ang 连用；如果强调激励或激起某人，则与 sa 连用。

例句1：Ang talumpati niya ang **pumukaw** ng damdaming-bayan.

例句2：**Makapupukaw** sa sanggol ang ingay.

4. **Patuloy** pa ring isinasagawa ng mga Pilipino ang simbang gabi tuwing Pasko at ang masayang pagsalubong sa bagong taon.

　　pauloy 既可以作形容词，也可以作副词。作形容词时，意为"连续的、持久的"；作副词时（如文中例句），意为"一直、持续"。

例句1：Ang **patuloy** na pagtiktak ng orasan.

例句2：**Patuloy** silang gumagawa sa buong maghapon.

对话注释

1. Bakit ka **nagmamadaling** umuwi?

　　magmadali 意为"急忙做、抓紧"。

例句1：**Magmadali** ka na!

2. **Mabuti pa** nga ay umuwi ka na.

　　mabuti pa 为固定搭配，意为"还是……的好"。可以通过 -ng 或 ay 连接从句。

例句1：**Mabuti pang** ang Tatay ang magpasiya nito kaysa iyo.

例句2：**Mabuti pa**'y tumahimik na lang.

3. May **kinukumpuning** awto ang Tatay ko.

　　kumpunihin 意为"被修理"，其现在进行时 kinukumpuni 在这里充当形容词成分，修饰 awto。通常而言，动词经过时态变化以后，可以充当形容词或名词成分。

Aralin 4　Ang Mamamayan sa Pagpapanatili at Pagpapaunlad ng Sariling Kultura

例句 1：Mayroon akong **nakalimutan**.

例句 2：May **darating** akong panauhin sa opisina.

五　练习　Pangkasanayan

1. Bilugan ang wastong sagot.[①]

(1) Alin ang tungkulin mo bilang mamamayan?

    a. tangkilikin ang gawang banyaga

    b. panoorin ang mga programang nagtatanghal ng mga katutubong sayaw at awit

    c. pasyalan ang ibang bansa

(2) Alin ang hindi kabilang sa kaugaliang panrelihiyon?

    a. pagpapakasal

    b. pagbibinyag

    c. pagtatawanan ang magkasintahan

(3) Paano mapalalaganap ang mga etnikong musika ng iba't ibang rehiyon sa bansa?

    a. pagtatanghal at pakikinig ng mga ito

    b. pagtataguyod sa mga banyagang musika

    c. pakikinig sa mga musikang kanluranin

(4) Bakit dapat panatilihin at pangalagaan ang sariling kultura?

    a. upang maabutan pa ng mga darating na salinlahi

    b. upang magkaroon ng kita ang pamahalaan mula sa mga pagtatanghal

    c. upang hangaan ng mga dayuhan

(5) Dapat bang ituring na yaman ng bansa ang di-materyal na kultura?

[①]　*Pilipinas: Bayan Ko 4*，第 347—349 页。

a. Hindi, dahil wala itong kinalaman sa kaunlaran ng bansa.

b. Oo, dahil ito ay sumasalamin sa pagkakakilanlan ng mga Pilipino.

c. Hindi, dahil hindi ito mahalaga sa bansa.

2. **Sumulat ayon sa ibinigay na paksa at magtalumpati sa klase.**

   (1) Bilang isang estudyante sa pamantasan, anu-ano ang mga tungkulin at karapatan mo?

   (2) Magpapakasal ang ate mo at uuwi ka upang tumulong sa kanya. Nagpapaalam ka sa mga kaklase mo.

六 课后阅读 Pagbabasa sa Gawain Bahay

Mahal na Araw[①]

Ang Mahal na Araw ay ang panahon ng paggunita at pagbabalik-loob ng mga Kristiyanong Pilipino sa pinaniniwalaan nilang diyos na tagapagligtas na kinakatawan ni Hesuristo. Taun-taon, ipinagdiriwang ito ng mga Pilipino upang palalimin ang kanilang pananampalataya, habang binubuhay ang mahabang tradisyon ng mga Kristiyano, gaya ng pag-aayuno at pamamanata. Nakikiisa ang mga Pilipino sa ginawang pagpapakasakit ni Hesukristo para sa kaligtasan ng buong daigdig. Naniniwala sila na muling nabuhay si Hesukristo at magbabalik bilang patotoo sa mga ipinangaral nito sa kaniyang mga alagad at mananampalataya.

Ang Mahal na Araw ay nagsisimula pagsapit ng Miyerkules ng Abo, ang araw na kinukrusan ng abo sa noo ang mga deboto bilang

---

① 资料来源 http://fil.wikipilipinas.org/index.php?title=Mahal_na_Araw

tanda ng kanilang pagsisisi. Paalaala rin iyon na "sa abo nagmula ang lahat, at sa abo rin magbabalik pagsapit ng wakas." Miyerkules ng Abo ang naghuhudyat ng pagbubukas ng panahon ng pagsisisi, pag-aayuno, at pangungumpisal, na pawang paghahanda sa malagim na pasyon ni Hesukristo sa kamay ng kaniyang mga tagausig. Tumatagal nang 40 araw ang taunang tradisyon, at nagtatapos sa Pasko ng Pagkabuhay ni Kristo na ginaganap pagsapit ng Linggo.

Kilala ang mga Pilipino sa paggunita ng Mahal na Araw. Ito ang kanilang paraan upang magbalik-loob sa Diyos at talikuran ang kanilang mga maling pamumuhay.

Aralin 5 Ang Kilusang Propaganda

一 课文 Testo[①]

Mga Propagandista

　　Marami sa mga kabataang nakapag-aral sa Europe na naimpluwensiyahan ng liberalismo ang nagpanagpo sa Spain upang isagawa ang isang mapayapang kampanya ukol sa mga reporma sa Pilipinas. Ang mga Pilipinong ito ay nakilala sa kasaysayan bilang Kilusang Propaganda. Kabilang sa mga propagandista sina Jose Rizal, Marcelo H. del Pilar, Graciano Lopez-Jaena, at iba pa.

Jose Rizal

　　Ipinanganak si Jose Rizal sa isang maykayang pamilya sa Calamba, Laguna noong Hunyo 19, 1861. Ang kanyang ama ay si Don Jose na isang magsasaka ng tubo, at katiwala ng malawak na lupain. Ang kanyang inang si Donya Teodora ay may mataas na pinag-aralan na bihira sa kababaihan noong panahong iyon.

　　Dahil sa pagkakaroon ng maraming aklat sa bahay at paghikayat ng kanyang mga magulang, labis na nagkahilig ang batang si Jose sa higit pang pag-aaral at pagkatuto hanggang sa mga huling bahagi ng kanyang buhay. Siyam na taong gulang si Jose nang dalhin siya ng kanyang ama sa Biñan, Laguna upang ipagpatuloy ang kanyang pormal na pag-aaral.

---

① *Pilipinas: Bayan Ko 5*, 第 148—152 页。

Aralin 5 Ang Kilusang Propaganda

Labing-isang taon si Rizal nang isagawa ang di-makatarungang pagbitay sa tatlong Pilipinong pari na nag-iwan ng di-maburang impresyon sa kanyang murang isipan.

Noong 1872, nagpatala si Rizal sa Ateneo Municipal para sa digri sa Batselor sa Sining. Ang kakaibang kumpetisyon at personal na disiplina ay nagpaibayo sa panibagong interes para siya ay lalo pang matuto. Nagtamo rin siya ng mga medalya at pagkilala dahil sa kanyang husay at talino.

Nang lumaon ay nag-aral siya ng medisina sa Unibersidad ng Santo Tomas upang gamutin ang nabubulag niyang ina. Nang siya ay 17 taong gulang ay nagtungo siya sa Spain upang mag-aral sa Unibersidad Central de Madrid. Noong 1885 ay pareho niyang natapos ang kursong medisina at pilosopiya.

Dahil sa umiiral na liberalismo sa Europe, mas lumawak ang interes ni Rizal. Nag-aral siya ng iba't ibang lengguwahe, naglakbay sa maraming bansa, kasabay ng kanyang aktibong kampanya para sa reporma sa Pilipinas. Isinulat niya ang nobelang *Noli Me Tangere*, na ang ibig sabihin ay "Huwag Mo Akong Salingin," upang imulat ang mga Pilipino tungkol sa kanilang pagkakaalipin. Mahigpit na ipinagbawal ng pamahalaang Español ang pagmamay-ari o pagbabasa ng aklat dahil sa di umano ay laman nitong mga bagay na *erehiya*, o labag sa aral ng simbahan. Isinulat din ni Rizal ang pangalawa niyang nobela na *El Filibusterismo* na may parehong tema sa una niyang nobela. Dahil dito, kinumpiska ng mga Español ang maraming kopya ng *Fili*.

Nang siya ay magbalik sa Pilipinas noong 1892, itinatag ni Rizal ang *La Liga Filipina* ngunit hindi ito nagtagal dahil ipinatapon siya ng mga Español sa Dapitan, Zamboanga del Norte. Pinaratangan siyang isang *subversivo*, o taong laban sa pamahalaan. Sa Dapitan, ginugol ni Rizal

ang kanyang panahon sa pagtuturo sa mga kabataan, panggagamot, at pagtulong sa pamayanan. Dito niya nakilala si Josephine Bracken, isang labingsiyam na taong Irish na kinalaunan ay kanyang naging asawa.

Taong 1896 nang papunta si Rizal sa Cuba upang magsilbi bilang boluntaryong doktor nang sumiklab ang rebolusyon sa Pilipinas. Hinuli siya at ikinulong sa *Fuerza de Santiago* (ngayo'y Fort Santiago). Nagkaroon ng paglilitis at hinatulan siya ng kamatayan dahil sa paratang na siya ang pinuno ng rebelyon. Noong umaga ng Disyembre 30, 1896, binaril si Rizal sa Bagumbayan (Luneta).

Nagkamali ang mga Español sa pag-aakalang nagtagumpay silang supilin ang paghihimagsik ng mga Pilipino. Ang pagkamatay ni Rizal ay lalong nagpaalab sa damdamin ng maraming Pilipino upang labanan ang mga Español.

Marcelo H. del Pilar

Ipinanganak si Marcel H. del Pilar noong Agosto 30, 1850 sa Cupang, San Nicolas, Bulacan. Nagsimula siyang mag-aral sa Colegio de Jose Flores at lumipat sa Colegio ng San Jose sa Maynila. Nakatapos siya ng kursong abogasya noong 1880.

Nakilala si del Pilar bilang taong maraming talento. Marunong siyang tumugtog ng piyano, biyolin, at plawta. Mahusay rin siya sa larong *fencing*. Kumakanta siya ng mga serenata at tumutugtog ng magagandang awitin sa biyolin.

Noong 1878, itinatag ni del Pilar ang *Diariong Tagalog*, isang pang-araw-araw na pahayagang tumuligsa sa kasamaan ng mga pinuno at prayleng Español. Ginising niya ang kamalayan ng mga tao sa pamamagitan ng pagsusulat sa paraang maliwanag, mabisa, at simpleng Tagalog. Sumulat siya ng mga akdang nanlilibak sa mga prayle at nagbubunyag ng mga katiwaliang nagaganap laban sa mga Pilipino. Kabilang dito ang *Caiingat Cayo* at *Dasalan at Tocsohan*, isang parodya ng mga dasal. Ang *parodya* ay isang panggagaya na may halong pagpapatawa at layuning kutyain ang ginagaya. Ang mga parodya ng dasal ay ipinamahagi nang lihim sa mga taong dumadalo sa misa.

Matindi ang galit ng mga Español dahil sa mga isinulat ni del Pilar kaya't ipinag-utos na siya'y dakpin. Napilitan siyang tumakas at magtungo sa Spain upang doon ipagpatuloy ang kanyang pagsusulat.

Naging editor si del Pilar ng pahayagang *La Solidaridad*. Gamit ang sagisag-panulat na Plaridel at Dolores Manapat, nagsulat siya ng mga sanaysay na nagpapahayag ng kanyang damdamin hinggil sa pang-aabuso ng mga prayle at ng pamahalaang Español.

Dumanas ng maraming hirap at sakit si del Pilar sa Spain. Madalas na hindi siya nakakakain dahil sa kakulangan ng padalang pera sa kanya mula Pilipinas. Humantong ito sa kanyang pagkakasakit ng tuberkulosis hanggang sa mamatay siya sa Barcelona, Spain noong Hulyo 4, 1896.

Graciano Lopez-Jaena

Si Graciano Lopez-Jaena ay isang mahusay na mananalumpati at manunulat. Tinuligsa niya ang mga prayleng Español sa kanyang mga akdang *Fray Botod*, *Esperanza*, at *La Hija del Fraile*. Itinatag niya ang pahayagang *La Solidaridad* (Matibay na Pagkakaisa) upang ipaalam sa Spain ang mga hinaing ng mga Pilipino laban sa mga prayle at gobyernong Español sa Pilipinas. Sa kabila ng pagbabawal ng mga Español, naipuslit ito sa Pilipinas at palihim na binasa ng mga Pilipino. Ngunit matapos ang anim na taon ng pagkakalimbag, nagwakas ang *La Solidaridad* noong 1885 dahil sa kakapusan ng pondo, pagkamatay nina Jaena at del Pilar, at ang pagkakapatapon kay Rizal sa Dapitan.

Ang La Solidaridad

Upang higit na maging epektibo ang kanilang kampanya, itinatag ni Graciano Lopez-Jaena ang pahayagang *La Solidaridad* na naglalaman ng mga lathalain, sanaysay, tula, balita, at iba pang anyo na nagpapahiwatig ng damdaming makabayan at naglalantad ng mga anomalyang nangyayari sa Pilipinas.

Ang *La Solidaridad* ang nagsilbing boses ng mga propagandista upang ihayag ang kanilang mga karaingan, adhikain, at pangarap. Nagsulat dito ang iba't ibang mahuhusay na Pilipinong manunulat na gumamit ng iba't ibang sagisag-panulat. Kabilang dito sina Jose Rizal (Laong-laan at Dimasalang); Marcelo H.del Pilar (Plaridel at Dolores Manapat); Antonio Luna (Taga-ilog); Mariano Ponce (Tikbalang at kalipulako); Jose Maria Panganiban (Jomapa); at marami pang iba.

Hindi hinangad ng mga propagandista ang ganap na paglaya ng Pilipinas mula sa Spain. Ang kanilang ipinaglalaban lamang ay mga reporma o pagbabago gaya ng mga sumusunod:

1. *asimilasyon*, o ang pagkilala sa Pilipinas bilang bahagi at hindi kolonya ng Spain;

2. ang pagkakapantay-pantay ng mga Español at mga Pilipino;

3. representasyon, o ang pagkakaroon ng kinatawan ng Pilipinas sa *Cortes* o ang lehislatura ng Spain;

4. ang sekularisasyon ng mga parokya ng Pilipinas; at

5. ang pagpapatibay ng mga batas na kinapapalooban ng mga karapatang pantao para sa mga Pilipino.

May ilang pagbabago naisagawa sa Pilipinas bunga ng pagpupunyagi ng Kilusang Propaganda. Kabilang dito ang pag-aalis ng mga tributo na pinalitan naman ng buwis sa cedula, ang pagpapaikli ng *polo y servicios* mula sa 40 araw sa loob ng isang taon hanggang 15 araw sa isang

Aralin 5 Ang Kilusang Propaganda

taon, ang pagwawakas sa monopolyo ng tabako, at mga pagbabago sa pamahalaang lokal.

Gayunman, ang mga pagbabagong ito ay napakaliit kung ihahambing sa malulubhang kasamaan ng pamahalaang Español. Nabigo ang Kilusang Propaganda na matamo ang mga pangunahing layunin nito. Ang kabiguan ng kilusan ay dulot ng kakulangan ng pondo, kawalan ng pagkakaisa, pagsanggalang sa pansariling interes at ambisyon, at ang pag-alala sa kaligtasan ng kanilang mga kaanak na naiwan sa Pilipinas.

Nahati ang mga propagandista sa dalawang pangkat: isa na pinamunuan ni Rizal at isa pa sa pamumuno ni del Pilar. Hindi kailanman ninais ng mga propagandista na magkaroon ng ganap na kalayaan. Subalit nang maramdaman ni del Pilar na walang kabuluhan ang mapayapang paraan ng paghingi ng mga pagbabago, bumaligtad siya ng paniniwala at sinang-ayunan ang mga mapanghimagsik na paraan ng pagtatamo ng katarungan at kalayaan.

Mula sa Spain, umuwi si Rizal sa Pilipinas upang ipagpatuloy ang kilusan sa reporma.

Noong Hulyo 3, 1892, itinatag ni Rizal sa isang bahay sa Ilaya, Tondo ang *La Liga Filipina* na may sumusunod na layunin:

1. pagkakaisa ng buong kapuluan;

2. pagtutulungan ng mga kasapi at pagtugon sa kanilang mga pangangailangan;

3. pagtatanggol laban sa lahat ng uri ng karahasan at kawalang katarungan;

4. pagpapaunlad ng edukasyon, pagsasaka, at pangangalakal; at

5. pag-aaral at pagsasagawa ng mga panukalang reporma.

Nabigo ang *La Liga Filipina* dahil tatlong araw lamang pagkatapos na ito ay maitatag, ipinaaresto na ni Governador-Heneral Eulogio

Despujol si Rizal. Pinangambahan ng mga Español na isang mapanganib na samahan ang *La Liga Filipina*. Iniutos din ni Despujol ang pagpapatapon kay Rizal sa Dapitan noong Hulyo 7, 1896.

二 对话 Usapan①

Nanonood sina Eric at Jenny sa litrato ng kanilang nanay.

E: Eric   J: Jenny

E: Ang ganda ng Nanay noong bata pa siya. Mahaba at kulot ang buhok niya. Payat siya noon. Ngayon, mataba na.

J: Mataba siya pero mataas. Bagay sa kaniya ang buhok niyang maigsi.

E: Bakit ikaw at ang Nanay, maputi? Ako, kayumanggi?

J: Pareho kayo ng Tatay. Kayumanggi ang kulay ng balat ninyo. Pareho kami ng Nanay. Maputi kami. Hindi bale, Eric. Guwapo ka naman. Guwapo rin ang Tatay.

E: Magiging matangkad din kaya akong paris ng Tatay?

J: Ngayon pa lang matangkad ka na at guwapo paris ng Tatay.

E: Ikaw naman, maganda, maputi, mataas. Maraming liligaw sa iyong binata, Jenny.

J: At sa iyo naman, maraming hahangang dalaga, Eric.

三 单词表 Talasalitaan

Kilusang Propaganda	宣传运动
paghikayat	劝说、鼓励

---

① *Let's Converse in Filipino*, 第 179 页。

Aralin 5　Ang Kilusang Propaganda

pagbitay	处以绞刑
nabubulag	盲的
lengguwahe	语言
ginugol	渡过、花费、奉献
sumiklab	爆发
plawta	长笛
tumuligsa	谴责、责难、责备
nanlilibak	嘲笑、愚弄
parodya	滑稽的、恶搞的模仿
pagkakalimbag	排印、活字印刷
sekularisasyon	世俗化
parokya	教区
pagpupunyagi	决心、努力、艰苦奋斗
nabigo	失败的、令人失望的

四　注释　Tala

课文注释

1. Marami sa mga kabataang nakapag-aral sa Europe na naimpluwensiyahan ng liberalismo ang nagpanagpo sa Spain upang isagawa ang isang mapayapang kampanya **ukol sa** mga reporma sa Pilipinas. Ang mga Pilipinong ito ay **nakilala sa kasaysayan bilang** Kilusang Propaganda.

   1）ukol sa：关于，至于。ukol 后面接人名时用 kay。
   　　例句：**Ukol kay** Juan.
   2）nakilala sa kasaysayan bilang：在历史上以……而闻名
   　　例句：Corazon Aqunio ay **nakilala sa kasaysayan bilang** unang pangulong babae sa Pilipinas.

2. Sa Dapitan, **ginugol** ni Rizal ang kanyang panahon sa pagtuturo sa mga kabataan, panggagamot, at pagtulong sa pamayanan.

  gugol：表示花费。可加词缀变为动词 gugulin 和 gumugol。

 例句：**Gumugol** siya ng sampung piso ngayong araw na ito.

3. Gamit ang **sagisag panulat** na Plaridel at Dolores Manapat, nagsusulat siya ng mga sanaysay na nagpapahayag ng kanyang damdamin **hinggil sa** pang-aabuso ng mga prayle at ng pamahalaang Español.

 1）sagisag panulat：笔名。

  例句：May **sagisag panulat** si Jose Rizal.

 2）hinggil sa：关于，对于。

  例句：Mga tanong **hinggil sa** relihiyon.

对话注释

Bagay sa kaniya ang buhok niyang maigsi.

bagay sa：表示合适。

例句：**Bagay sa** kaniya ang trabahong ito.

五　练习　Pangkasanayan

1. **Sagutin ang mga sumusunod na tanong sa Filipino ayon sa testo.**

 (1) 宣传运动要达到的目标是什么？

 (2) 菲律宾联盟的宗旨是什么？

2. **Isalin at listahan ang mga ginawa ni Jose Rizal alinsunod sa kanyang pamumuhay.**

 ① Ipinalimbag ni Rizal ang kanyang nobelang *Noli Me Tangere*.

 ② Itinatag ni Rizal ang *La Liga Filipina*.

 ③ Nakilala ni Rizal si Josephine Bracken.

 ④ Nag-aral ng medisina si Rizal sa Unibersidad ng Sto. Tomas.

Aralin 5 Ang Kilusang Propaganda

⑤ Ipinatapon ng mga Español si Rizal sa Dapitan.
⑥ Isinulat ni Rizal ang *El Filibusterismo*.
⑦ Ipinagpatuloy ni Rizal ang kanyang pag-aaral sa Unibersidad Central de Madrid.
⑧ Nagboluntaryo si Rizal na magtungo sa Cuba bilang manggagamot.
⑨ Nahatulan ng kamatayan si Rizal.
⑩ Nagtamo ng maraming karangalan si Rizal sa Ateneo.

六 课后阅读 Pagbabasa sa Gawain Bahay

1. Awit ng Manlalakbay

Jose Rizal

Natuyo nang dahong walang wastong lipad,
Na tangay ng hangin saan man mapadpad,
Walang tungo't sigla ni baya't pagliyag.

Ligaya ang hanap na lagi saan man,
Nguni't ang ligaya'y lumalayo naman,
Animo'y palaging binibiro lamang
Ang dahil sa kanya'y sumakaragatan.

Sa tulak ng kamay na di nakikita,
Siya'y maggagala saan man humangga,
Maraming gunita ang kanyang kasama,
Niyong mga taong minamahal niya.
Marahil ay isang libingan sa ilang
Ang kakikitaan ng kapanatagan;

Bayan at daigdig siya'y nalimutan...
Magpahingalay ka matapos ang lumbay.
At ang naglalayag, kinaiinggitan
Sa bilis ng lipad kapag nagdaraan
Hindi nila tantong sa kaibuturan
Ng kaluluwa'y walang pag-ibig na tunay.

Sa sariling bayan, tao ay pipihit
Sa sariling lupa, marahil babalik
At ang makikita'y ang naguhong dikit,
Yumaong pagsinta, libingan mapait.

Hayo, manlalakbay, ituloy ang hakbang,
Banyaga ka pati sa sariling bayan;
Bayaang ang iba'y sinta ang awitan,
Sila'y magtatamasa...maglalayag ka naman.

Hayo manlalakbay, huwag kang lilingon,
Pagka't walang luhang sa iyo'y tutugon;
Hayo, manlalakbay, dusa mo'y itapon
Pagka't sa hirap mo ay walang papatol.

2. Ang Pagkamatay ng Tatlong Pari[①]

Noong gabi ng Enero 20, 1872, naganap sa Cavite ang isang pag-aalsa ng mga sundalong Pilipino at mga manggagawa sa arsenal ng mga

---

① *Pilipinas: Bayan Ko 5*，第 142 页。

Español sa pamumuno ni Sarhento La Madrid. Tinutulan nila ang pagalis ni Izquierdo ng kanilang karapatang malibre sa buwis at sa sapilitang paggawa nang walang bayad. Madaling natalo ng mga sundalong Español ang mga nag-alsa.

Ang pag-aalsa sa Cavite ay sinamantala ng mga paring regular upang isangkot ang mga pangalan nina Gomez, Burgos, at Zamora o GOMBURZA na aktibong-aktibo sa kilusang sekularisasyon.

Nilitis ng pamahalaang kolonyal ang tatlong pari at batay sa palsipikado at gawa-gawa lamang na ebidensiya, hinatulan ang mga ito ng kamatayan. Ang tatlong pari ay ginarote sa Bagumbayan noong Pebrero 17, 1872. Bilang pagdakila ni Arsobispo Meliton Fernandez ng Maynila na naniniwalang walang pagkakasala ang tatlong pari, iniutos niya ang pagpapatugtog sa mga kampana habang nagaganap ang paggarote. Ang pangyayaring ito ay nasaksihan ng maraming Pilipino at nagpasidhi sa diwa ng pagkakaisa laban sa mapang-aliping mga Español.

3. Nakikipag-usap sina Della at Grace tungkol sa kanilang pamumuhay sa mataas na paaralan. [1]
D: Della   G: Grace

D: Ang babata natin sa litrato, ano?
G: Tingnan mo sina Vic at Vicky. Ang tataba nila. At magkamukhang-magkamukha!
D: Oo nga. Pero sa litrato, akala mo pareho silang lalaki. At si Rhoda, talagang maganda siya. Pagmasdan mong mabuti.
G: Matalik kong kaibigan si Rhoda noong mga tinedyer pa tayo. Kasama

---
[1] *Let's Converse in Filipino*, 第 93—94 页。

kong lagi sa lahat ng lakaran. At noong bata pa kami, kalaro ko siya.

D: Paano'y magkapitbahay kayo.

G: Matagal din namin silang kapitbahay. Lumipat sila noong mag-asawa si Rhoda.

D: Tingnan pa natin ang ibang litrato. Ilalabas ko ang mga album.

G: Sige. Pag ganitong matatanda na tayo, kailangang paminsan-minsan, makita natin ang sarili natin noong bata pa tayo. Kahit sa litrato lang.

Aralin 6　Mga Bayani at Tanyag na Pilipino Noon

一　课文　Testo[①]

Marami tayong tanyag na Pilipino noon. Sila ang mga bayaning dapat nating ipagmalaki at ipagkapuri. Inilaan nila ang kanilang buhay para sa ating bansa.

Isang Debate

Ang debate ay isang paraan ng pagpapahayag ng mga kaisipan tungkol sa isang bagay, impormasyon, o pangyayari. Kadalasan ito ay may magkasalungat na kaisipan o paniniwala.

Magkaroon ng isang simpleng debate tungkol sa pagkakapareho o pagkakaiba ng mga salitang bayani at tanyag. Maaari rin namang sagutin ang sumusunod na tanong:

Ang bayani ba ay dapat maging tanyag?

Ang taong tanyag ba ay isa ring bayani?

Paano nga ba nagiging tanyag ang isang tao?

Narito ang mga maaaring dahilan:

Maaaring siya ay nakagawa ng isang kahanga-hangang bagay na hindi pa nagagawa ng kahit na sino, o di kaya nama'y nagpakita siya ng

---

[①] *Pilipinas: Bayan Ko 2*, 第 304—314 页。

talino o kakayahan o isang pambihirang katangian gaya ng katapatan at kabayanihan.

Paano nga ba nagiging bayani ang isang tao? Kailangan bang siya ay mag-alay ng sariling buhay upang makapagligtas ng isang tao? Kailangan ba siyang maghimagsik at mamatay?

Ang pagiging tanyag ay maaaring dala ng pambihirang husay sa pag-awit, pagsayaw, o pag-pananalo sa mga patimpalak.

Tanyag o sikat ka kung maraming nakakakilala sa iyo sa mabuting paraan.

May mga taong nagiging tanyag dahil sa nabunyag na masamang gawain. Ito ay hindi nararapat.

Ikaw ay isang bayani kung may nagawa kang kabutihan para sa iba.

Narito ang ilang bayani na tanyag sa kanilang mga kabutihang ginawa para sa bayan.

Dr. Jose P. Rizal

Ang ating pambansang bayani na si Jose Rizal ay isinilang noong Hunyo 19, 1861 sa Calamba, Laguna.

Mahusay siyang gumuhit at marunong siyang maglilok. Isa siyang matalinong bayani. Marami siyang alam na wika. Mahusay siyang sumulat ng tula, kwento, at nobela. Bukod sa pagiging doctor, siya ay isa ring guro.

Si Dr. Jose Rizal ay kilala sa ating bansa at maging sa ibang bansa dahil sa kanyang natatanging mga kakayahan.

Lapu-Lapu

Si Lapu-Lapu ay hari ng Isla ng Mactan nang dumating si Ferdinand Magellan sa ating bansa.

Aralin 6 Mga Bayani at Tanyag na Pilipino Noon

Siya ang nakapatay kay Magellan.

Nahirang siya bilang unang bayani ng ating bansa dahil sa kanyang katapangan at di pagsunod sa kapangyarihan ng mga Espanyol.

Melchora Aquino

Si Melchora Aquino ay lalong kilala sa tawag ng "Tandang Sora."

Naninirahan siya sa kagubatan ng Balintawak noong panahon ng rebolusyon. Tumira sa tahanan ni Tandang Sora ang mga Katipunero. Kinupkop at pinakain niya ang mga ito. Ginamot niya ang mga nasugatang Katipunero.

Sa katauhan ni Tandang Sora, ang mga Katipunero ay nakatagpo ng anghel na tagapagkupkop.

Sa ngayon, ang Tandang Sora sa Quezon City ay sinunod sa kanyang pangalan bilang alaala sa kanyang mga nagawang kabayanihan.

Apolinario Mabini

Isang lumpo ang bayaning si Apolinario Mabini. Hindi nakagagalaw ang kanyang mga paa, kaya siya palaging buhat-buhat at nakasakay sa duyan noong panahon ng himagsikan. Hindi nila alam na siya pala ang "Utak ng Himagsikan."

Dahilan sa mga nagawa niyang mga kabayanihan, siya ay tinawag na "Dakilang Lumpo."

Hindi naging sagabal kay Apolinario Mabini ang kanyang kapansanan at siya ay nakapaglingkod pa rin sa ating bansa.

Marcela de Agoncillo

Si Marcela de Agoncillo ang isa sa gumawa ng disenyo ng watawat na nakikita nating ngayon. Ito ang iniwawagayway sa mga tagdan ng mga paaralan, mga munisipyo, at mga gusaling pampamahalaan. Ginawa niya ito sa Hong Kong sa pangangasiwa ni Heneral Emilio Aguinaldo na noo'y pangulo ng Pilipinas.

Mahusay si Marcela. Natapos niyang tahiin ang watawat sa loob ng limang araw. Katulong niya sa pagtatahi ang kanyang panganay na anak na si Lorenza at ang isang pamangking babae ni Dr. Jose Rizal.

Iniuwi ni Heneral Aguinaldo sa Pilipinas ang watawat noong 1898. Una itong iniwagayway sa balkonahe ng kanyang tahanan sa Kawit, Cavite noong Hunyo 12, 1898. Habang iniwawagayway sa balkonahe ng kanyang tahanan sa Kawit, Cavite ang ating watawat, tumutugtog naman ng kabubuo ring Lupang Hinirang na pambansang awit ng Pilipinas.

Francisco Baltazar

Si Francisco Baltazar ay mahusay sumulat ng tula. Mahusay rin siyang bumigkas ng tula.

Nakilala siya sa tawag na Balagtas.

Dahil dito, ang tawag sa okasyong tagisan ng pagtula nang walang binabasa sa harap ng mga manonood ay "Balagtasan."

Josefa Llanes Escoda

Si Josefa Llanes Escoda ay isang dakilang bayaning Pilipina.

Bihirang babae sa kasaysayan ng Pilipinas ang nakapagpamalas ng kabayanihan na katulad ng ginawa ni Escoda.

Tinulungan niya ang mga sugatang sundalong Pilipino at namahagi siya ng mga pagkain, gamot, at damit sa mga bihag na Pilipino.

Si Josefa Llanes Escoda rin ang nagtatag ng *Girl Scouts of the Philippines*.

Aralin 6 Mga Bayani at Tanyag na Pilipino Noon

Isa rin siyang masipag at mahusay na guro.

Jose Abad Santos

Si Jose Abad Santos ay naging pinuno ng Korte Suprema dahil sa kanyang katalinuhan, tapat na pagkatao, at sigasig sa paggawa.

Tumanggi siya na makiisa sa mga Hapones, kaya siya ay hinuli at pinatay.

Siya ay namatay para sa kapakanan ng kalayaan at demokrasya ng bansang Pilipinas.

Andres Bonifacio

Si Andres Bonifacio ay kilala bilang "Ama ng Katipunan."

Pinamunuan niya ang naghimagsik na mga Pilipino laban sa mga Espanyol.

Isa siyang matapang na Pilipino.

Isa siyang mahirap na Pilipino, pero mayaman naman sa pagmamahal sa kanyang bansa.

Reyna Sima

Si Reyna Sima ay namuno sa lalawigan ng Cotabato. Isa siyang makatarungang pinuno na napabantog sa kanyang pamamalakad. Marami ang humanga sa kanyang pagpapatakbo sa kahariang kanyang sinasakupan.

Panday Pira

Si Panday Pira ay isang Muslim na pumunta sa Maynila buhat sa Timog ng Pilipinas. Isa siyang panday at napabantog siya sa mga ginawa niyang mga kanyon.

Magat Salamat

Si Magat Salamat ay pinuno ng mga katutubong Pilipino sa lungsod ng Maynila. Siya ay anak ni Raha Lakandula. Isa siya sa mga katutubong Datu na naghimagsik laban sa mga Espanyol.

Prinsesa Urduja

Noong araw ang kaharian ng Pangasinan ay kilalang-kilala bago nasakop ng mga Espanyol ang ating bansa.

Pinamunuan ito ni Prinsesa Urduja. Isa siyang dalagang matalino. Marunong siyang magsulat at magsalita ng iba't ibang wika. Mahusay siyang mamuno sa mga labanan.

Agapito Flores

Ipinanganak si Agapito Flores sa Guiguinto, Bulacan noong September 28, 1897. Hindi siya nakatapos ng pag-aaral sa mataas na paaralan dahil sa kahirapan. Siya ay nagtrabaho sa isang *machine shop* sa kanilang lalawigan sa loob ng isang taon.

Lumuwas siya sa lungsod at tumira sa Tondo, Maynila. Nag-aral siya sa bokasyonal na paaralan bilang elektrisyan. Matapos ang isang buwang pag-aaral, nagtrabaho siya bilang isang elektrisyan at siya ay naging matagumpay.

Naka-imbento si Agapito ng isang *fluorescent lamp*.

Sa kabila ng imbensyong ito, hindi niya nakuha ang suporta ni Manuel L. Quezon. Isang Franses ang natuwa sa kanya at dinala siya sa Paris.

Ang imbensyon ni Agapito Flores ay binili ng *General Electric Company* ng America. Dito nagsimula ang pagbebenta sa buong mundo ng ilaw na ito na ginawa ni Agapito Flores.

Aralin 6 Mga Bayani at Tanyag na Pilipino Noon

May maidadagdag ka pa bang mga bayani o kilalang Pilipino noon?

二 单词表 Talasalitaan

ipagkapuri	以……为自豪
inilaan	献出
pangyayari	事件
magkasalungat	相对的、冲突的、不一致的
pambihirang	稀少的
maghimagsik	革命
patimpalak	比赛
nabunyag	被揭露（的）
maglilok	雕刻
nasugatan	受伤的
duyan	摇篮
lumpo	瘸子
sagabal	障碍
pangangasiwa	管理
nakapagpamalas	显示
pagkatao	人格
sigasig	努力、热情
kapakanan	利益
pinamunuan	领导
nagpabantog	以……知名
elektrisyan	电工
naka-imbento	发明

三　注释　Tala

1. Magkaroon ng isang simpleng debate tungkol sa pagkakapareho o pagkakaiba ng mga salitang bayani at tanyag. 句中动词 Magkaroon 意为"有"，意思类似于 may 或 mayroon，但强调拥有的动作属性，并有过去时、现在时、将来时。

2. Kailangan ba siyang maghimagsik at mamatay? Kailangan 作为表达意愿的情态动词与动词连用时，实意动词应使用不定式，并在两词间添加连接结构，意为小品词和代词的插入，此处的连接结构转至 siyang。类似的语法结构还常见于副词修饰动词等。Mamatay 在此处为主动态。

3. Francisco Baltazar 又名 Francisco Balagtas，译为弗朗西斯科·巴拉格塔斯，1788—1862，是作为他加禄语诗人，被视为菲律宾古典文学的巨匠，他的阿维特诗体长篇叙事诗《弗洛伦特和劳拉》代表了古典时代菲律宾文学的最高峰。文学史中以 Balagtasismo 一词来指称菲律宾民族传统风格诗歌，用 Balagtasan 一词来指称菲律宾文人即兴创作韵文诗歌进行现场辩论对决。

四　练习　Pangkasanayan

1. **Isalin ang mga pangungusap sa wikang Filipino.**

   (1) 辩论是一种展示关于一个重要问题看法的途径，通常是由一对相互对立的观点组成。

   (2) 成名就必须要具有在唱歌、跳舞或者表演方面的特殊才能。

   (3) 他拒绝与日本人合作，因此他被捕并被杀害了。

   (4) 现今有很多菲律宾人都变得很出名，他们在不同的领域取得了成功，我们要以他们为傲。

   (5) 她是一个律师、医生、老师和慈善家，还是一个忠诚的菲律

Aralin 6　Mga Bayani at Tanyag na Pilipino Noon

宾人。

(6) 不同领域的著名菲律宾人都展示出了他们的勤奋、毅力和自律。

2. Ayon sa katangian sa kaliwa, isulat ang pangalan ng tanyag na Pilipino sa kanan at magpaliwanag ng kanyang gawin o katangian.

(1) Marunong siyang maglilok

(2) Ginamot niya ang mga nasugatang Katipunero

(3) Isang masipag at mahusay na guro

(4) Ama ng Katipunan

(5) Mahusay siyang mamuno sa mga labanan

(6) Isang elektrisyan

3. Ayon sa testo, ilarawan ang isang tanyag na Tsino ngayon at ipaliwanag kung bakit isang tanyag na Tsino siya.

5. Ayon sa katangian sa kaliwa, isulat ang pangalan ng tanyag na Pilipino sa kanan.

Boxing ＿＿＿＿＿＿　　　Tennis ＿＿＿＿＿＿

Chess ＿＿＿＿＿＿　　　Tae Kwon Do ＿＿＿＿＿＿

Basketball ＿＿＿＿＿＿　　Fencing ＿＿＿＿＿＿

五　课后阅读　Pagbabasa sa Gawain Bahay

Mga tanyag na Pilipino Ngayon[①]

　　Sa kasalukuyan marami tayong mga tanyag na Pilipinong karapat-dapat na ipagkapuri. Ginagawa nila ang kanilang makakaya para mapaunlad ang ating bansa.

---

① *Pilipinas: Bayan Ko 2*，第 320—327 页。

Sa kasalukuyan maraming mga Pilipino ang naging tanyag at sumikat sa iba't ibang larangan. Ipinagmamalaki natin sila.

Bea Lucero

Si Bea Lucero ay mahusay sa Tae Kwon Do. Mahusay rin siya sa gymnastics.

Kasalukuyan siyang abala sa paglalaro ng golf.

Robert Jaworski

Tinaguriang "buhay na alamat" si Robert Jaworski sa larangan ng mga manlalaro ng basketball ng PBA o *Philippine Basketball Association*. Sa kabila ng kanyang edad, maliksi at masigla pa rin siyang maglaro. Napakarami ng humahanga sa kanyang paglalaro at nagtitiwala sa kanyang kakayahan bilang isang manlalaro at bilang isang coach.

Dr. Lucrecia Kasilag

Si Dr. Lucrecia Kasilag ang napiling *National Artist* sa musika noong 1989. Mahusay siyang umawit at tumugtog ng iba't ibang instrumento. Matagumpay siya sa sining ng musika.

Carlos P. Romulo

Si Carlos P. Romulo ay kilalang-kilala sa buong mundo. Dangal siya ng Pilipinas at ng buong daigdig dahil sa pagtatanggol niya sa pagkakapantay-pantay ng lahi. Katulong siya sa pagtatatag ng Samahan ng mga Bansang Nagkakaisa o *United Nations*. Siya ang kauna-unahang Asyanong pangulo ng *UN General Assembly*.

Aralin 6   Mga Bayani at Tanyag na Pilipino Noon

Walter Torres

Si Walter Torres ang nagwagi at nagkamit ng medalyang ginto sa labanang *fencing*.

Felix Barrientos

Si Felix Barrientos ay maipagmamalaki natin sa larong *tennis*. Mahusay siyang manlalaro ng tennis. Maraming karangalan na ang kanyang natamo para sa ating bansa.

Gabriel "Flash" Elorde

Si Gabriel "Flash" Elorde ay magaling na boksingero. Mahusay at maliksing manuntok si Elorde, at siya ay itinuturing na pinakapopular na boksingerong Pilipino.

Eugene Torre

Si Eugene Torre ang unang Pilipinong naging grandmaster ng *chess* sa Asia.

Isa siya sa mga hinahangaan sa larangan ng larong *chess*.

Dr. Sylvia P. Montes

Isinilang si Dr. Sylvia P. Montes sa Norzagaray, Bulacan noong Mayo 3, 1927. Isa siya sa mga huwarang Pilipino na ipinagmamalaki ng mga taga-Bulacan. Nahirang siyang "Anak ng Bulacan."

Siya ay isang iskolar at maraming natapos na kurso. Natapos niya ang *Doctoral Program ng Social Welfare Management*. Naging kalihim siya ng *Social Welfare*.

Isa siyang abogada, doctor, guro, mapagkawanggawa, at matapat na mamamayang Pilipino. Hinahangaan siya ng mga kababayan niya hindi

lamang sa mga nagawa niya para sa mga mamamayang Pilipino kundi sa mga kabutihang taglay niya.

Manny Pacquiao

Si Manny Pacquiao ang pinakapupuring boksingero sa kasalukuyan. Sa pamamagitan ng kanyang sipag at disiplina sa pag-ensayo, nakamit niya ang kanyang pangarap na maging tsampiyon. Una siyang nanalo sa World Boxing Championship at International Boxing Federation noong 1998. Lalo siyang sumikat at nagdala ng karangalan sa ating bansa nang matalo niya si Marco Antonio Barrera noong Nobyembre, 2003. Isa siyang kapuri-puring Pilipino sa larangan ng boksing.

Lea Salonga

Bata pa lamang ay isa nang mahusay na mang-aawit si Lea Salonga. Mahusay rin siyang gumanap sa tanghalan. Nakilala siya sa kanyang pagganap bilang Kim sa *Miss Saigon*. Dahil dito kinilala siya sa buong mundo at nakatanggap siya ng maraming parangal.

Rafael "Paeng" Nepomuceno

Sa kanyang husay sa paglalaro ng "bowling", si Rafael "Paeng" Nepomuceno ay napatala sa *Guiness Book of World Records*. Apat na beses siyang napiling manlalaro ng taon dahil sa kanyang sunud-sunod na pagkakapanalo sa mga pandaigdigang palaro sa bowling.

Aralin 7　Halinang Maglakbay sa Ating Kapuluan

一　课文　Testo[①]

Pilipinas

  Kaytagal kong hinahanap
  Ang bayang pinapangarap
  Sa lungkot ko ay panglunas
  Hinalungkat ang kanluran
  Bawat sulok ng silangan
  Sa halip na Pilipinas
  Ngunit parang di mawari
  Ang lumbay ay di mapawi.
  Nabaliw sa ibayong dagat
  Di ko sukat akalain
  Narito pala sa atin
  Ang langit sa Pilipinas.

  Koro:
  Pilipinas, Pilipinas
  pinagpala ng Maykapal
  Pilipinas, Pilipinas bayan

---

① *Pilipinas: Bayan Ko 3*，第 2—6 页。

kong pinakamamahal.

Sa Luzon ay iyong dalawin
Ang magagandang tanawin.
Sa Ilocos hanggang Bicol
Kaya'y lumapit sa Visayas
Ang dalaga ay sagana
Tunay kang mapapasipol.
Mindanao ay may halina
Ang talong Maria Cristina
At binatang makisig.
Tayo na sa Pilipinas.
Sa dakilang Pilipinas
Bayang pili sa daigdig.

  Napakinggan natin ang nais iparating ng may-akda ng awit, na ang Pilipinas ay bayang pinagpala ng Maykapal at dapat nating ipagmalaki at mahalin.

  Nasa Pilipinas ang langit na hinahanap ng bawat Pilipino.

  Tingnan natin at suriin ang mapa ng Pilipinas.

  Masasabi mo ba ang mga katubigan na nasa palibot ng Pilipinas?

  Ano ang tawag sa anyong lupa na napaliligiran ng tubig?

  Ating makikita sa mapa ang mga lugar na napaliligiran ng tubig. Ang tawag sa mga lugar na ito ay pulo. Ang pulo ay isang maliit o malaking bahagi ng lupa na napaliligiran ng tubig.

  Binubuo ang Pilipinas ng 7,000 na mga malalaki at maliliit na mga pulo. Dahil dito, ang ating bansa ay itinuturing na pinakamalaking kapuluan sa buong mundo. Tayo ay napaliligiran ng dalawang malalaking

Aralin 7 Halinang Maglakbay sa Ating Kapuluan

bahagi ng tubig: ang Karagatang Pacific sa kanan at ang Dagat Timog China sa kaliwa.

Ang Luzon, Visayas, at Mindanao ay tatlong malalaking pangkat ng pulo. Pinakamalaki ang Luzon na nasa dakong hilaga ng bansa. Pumapangalawa naman ang Mindanao at Visayas ang pinakamaliit.

Maituturo mo ba sa mapa ang tatlong malalaking pangkat na ito? Sa anong pangkat ka kabilang?

Maliban sa tatlong malalaking pulong ito, mayroon pa ring malalaking pulo sa Pilipinas. Tingnan natin ang talaan.

Mga Pulo	Lawak (km^2)
1. Samar (Visayas)	13,428.6
2. Negros (Visayas)	13,328.3
3. Palawan (Luzon)	14,896.3
4. Panay (Visayas)	11,692.5
5. Mindoro (Luzon)	10,244.5
6. Leyte (Visayas)	7,447.6
7. Cebu (Visayas)	5,088.4
8. Bohol (Visayas)	4,117.3
9. Masbate (Luzon)	4,097.7

Malaki ang ating pakinabang sa pagiging kapuluan ng Pilipinas. Maraming mga yamang tubig ang nakukuha sa mga katubigan na nakapaligid dito. Bukod sa iba't ibang uri ng isda ay mayroon ding mga korales, perlas, kapis, at mga halamang-dagat.

Sa ating mga golpo at look dumadaong ang mga sasakyang pag-aari ng mga negosyanteng nagmumula sa iba't ibang bansa.

Sa ating mga baybayin ay maraming mga turista ang dumadayo dahil sa malinis na tubig at mapuputing buhangin na taglay nito.

Nagsisilbi ring proteksyon ng bansa ang mga dagat o katubigang nakapalibot sa Pilipinas.

Dahil sa ang mga pulo natin ay kalat-kalat, mahirap tayong sakupin ng mga kaaway mula sa ibang bansa, hindi ba?

Maraming bigay na kabutihan ang pagiging kapuluan ng ating bansa. Dapat nating paunlarin at pangalagaan ang mga ito.

Sa kabilang dako, mayroon ding hindi magandang naibibigay ang pagiging kapuluan ng isang bansa. Dahil sa mga katubigang naghihiwalay sa mga pulo nito ay nagiging mahirap ang paglalakbay at paghahatid ng mga produktong galing sa ilang lugar ng bansa. Nagiging mabagal at napakatagal ang paghahatid ng serbisyo ng mga ahensiya ng pamahalaan.

Dahil sa pagkakahiwa-hiwalay ng mga lalawigan ay nagiging mabagal ang pag-unlad ng mga ito. Ang mga lugar na madaling marating ng mga tao ay nauunang umunlad.

Dahil sa mga nabanggit na mga suliranin ng pagiging isang kapuluan, gumagawa ang pamahalaan ng mga paraan upang malutas ang mga ito. Nagpapagawa ang pamahalaan ng mga tulay at kalsada upang mapabilis ang ating paglalakbay.

Pinakakabitan na rin ng kuryente ang mga malalayong lugar upang ang mga ito ay makasabay sa mga pinakikinabangan ng mga taga-lungsod. Upang maging malapit sa atin ang malayong lugar ng Mindanao ay nagpatayo ang ating pamahalaan ng mga daungan, paliparan, at istasyon ng radyo at telebisyon.

Ang mga Mapa sa Paglalarawan ng ating Bansa[1]

Isang patag na representasyon ng daigdig ang mapa. Makikita rito

---

[1] *Pilipinas: Bayan Ko 3*, 第 13—26 页。

Aralin 7 Halinang Maglakbay sa Ating Kapuluan

ang kalupaan at katubigan ng daigdig. Ito rin ang nagbibigay ng tamang direksyon kung saan makikita ang isang pook o lugar.

Makikita rin sa mapa ang apat na pangunahing direksyon tulad ng Silangan, Kanluran, Hilaga, at Timog. Ang mga pangalawang direksyon ay ang nasa pagitan ng mga pangunahing direksyon. Ang mga ito ay ang Hilagang-Silangan, Hilagang-Kanluran, Timog-Silangan, at Timog-Kanluran.

Sa Silangan sumisikat ang araw at sa Kanluran naman ito lumulubog. Kapag ang tao ay nakaharap sa silangan, ang gawing likuran niya ay kanluran, ang gawing kanan ay timog, at ang gawing kaliwa ay hilaga.

Pag-aralan ang mapa at sabihin kung saan makikita ang mga pangunahing direksyon.

Ang mapa ay laging mayroong *north arrow*. Ito ay laging nakaturo sa Hilaga. Makikita rin sa mapa ang pananda kung saan makikita ang mga simbolo na nagsasabi ng mga bagay na sinasagisag ng mga ito.

Pag-aralan ang mga panandang ginamit sa mapa. May mga simbolong ginagamit para sa mga likas na bagay na matatagpuan sa isang lugar at sa mga bagay na gawa ng tao.

Bukod sa mga pananda ay mayroon ding iba't ibang uri na mapa na ginagamit sa iba't ibang pagkakataon at pangangailangan.

Mapang Pulitikal – ipinakikita nito ang mga hangganan o lugar na nasasakop ng mga bayan, lalawigan, lungsod, at bansa.

Mapang Pangkabuhayan – ipinakikita nito ang mga uri ng pananim, mga produkto, at industriya ng isang lugar.

Mapang Pangklima – ipinakikita nito ang iba't ibang klima sa iba't ibang bahagi ng ating bansa.

基础菲律宾语（第三册）

二　单词表　Talasalitaan

kapuluan	群岛
may-akda	作家
palibot	（在）……周边
malalaki at maliliit	大大小小的
maliban sa	除了
pakinabang	好处
nagsisilbi	服务
kalat-kalat	分散的、到处都是
paghahatid	运输
paglalakbay	旅游
makasabay	同时、在一起
sumisikat	升起
lumulubog	落下
pananda	标记
perlas	珍珠

三　注释　Tala

1. panglunas 意为"解除、解脱之物"，通常按音变拼作 panlunas。

2. malalaking pulo sa Pilipinas 等词组中出现的 malalaki 是形容词复数，通过双写词根首音节构成，其表达的复数概念并非指所修饰名词的复数，而是指该事物具有该形容词所指称的多种多样的属性，即所形容的属性的复数，在这里是指"各种不同大小的大岛"。类似的 mga malalayong lugar 不仅是用 mga 来指地点是复数个，还强调这些地方是"远近不一的远"。

Aralin 7 Halinang Maglakbay sa Ating Kapuluan

3. Ang pulo ay isang maliit o malaking bahagi ng lupa na napaliligiran ng tubig. maliit o malaki 可译为"或大或小的"，na 作为连接定语从句的连接结构，帮助修饰了 lupa。虽然通常元音结尾后使用后缀 -ng 的连接结构，但是当从句较长时，会使用 na 以清楚标识主从句的结构。

4. maraming mga yamang tubig ang nakukuha sa mga katubigan na nakapaligid dito. 一句中 maraming mga 的 mga 可以省略，也可以保留，因为 marami 和类似的 kaunti、ilan 等词本身已经暗含复数概念。

四 练习 Pangkasanayan

1. **Gawaing pangkasanayan sa pagbubuo. Sulatan ng wastong sagot ang mga patlang upang mabuo ang diwa ng bawat pangungusap.**

   (1) Nagsisilbing proteksyon ng bansa ang mga _____ o katubigang nakapalibot sa Pilipinas.

   (2) Dahil sa ang mga pulo natin ay _____ mahirap tayong sakupin ng mga kaaway mula sa ibang bansa.

   (3) Dahil sa mga katubigang naghihiwalay sa mga pulo natin, nagiging _____ ang paglalakbay at paghahatid ng mga produktong galing sa ilang lugar.

   (4) Nagiging mabagal at napakatagal ng paghahatid ng _____ ng mga ahensya ng pamahalaan sa mga lalawigan dahil sa ating mga kalat-kalat na pulo.

   (5) Upang maging malapit sa atin ang malayong lugar ng Mindanao ay nagpatayo ang ating pamahalaan ng mga daungan, paliparan at istasyon ng _____ at telebisyon.

2. **Sagutin ang sumusunod na mga tanong.**

   (1) Maipagmamalaki mo ba ang sariling bansa? Bakit?

   (2) Halimbawa, naanyayahan kang makipag-usap tungkol sa Pilipinas, papaano mo ipakilala ang bansa nila?

   (3) Ano ang iyong mararamdaman kung sinasabi ng iba na ikaw ay isang Pilipino/Tsino? Ipaliwanag ang iyong kasagutan.

   (4) Paano nakatutulong sa iyo ang kaalaman sa direksyon?

   (5) Ang mapa ba ay mahalaga sa mga taong naglalakbay? Bakit?

   (6) Masasabi mo bang mas maganda ang lokasyon ng Pilipinas sa ibang bansa sa Timog-silangang Asya? Bakit?

3. **Pansaloobin. Gamitin ang mga angkop na salita upang buuin ang pangungusap.**

   (1) Ang bawat isa ay dapat matutong:

   (2) Kapag ako ay naghahanap ng lugar:

   (3) Ang mga simbolo sa mapa ay dapat:

   (4) Dapat kong alamin ang uri ng mapang aking kailangan upang:

   (5) Ang mapa ay dapat gamitin nang:

Aralin 7　Halinang Maglakbay sa Ating Kapuluan

4. Isalin ang mga pangungusap sa wikang Filipino.

（1）岛是或小或大的一块陆地，并且其四周被水环绕。

（2）菲律宾是由 7000 多个或大或小的岛屿组成的。

（3）菲律宾被认为是世界上最大的群岛国家之一。

（4）菲律宾被两大水域所环绕，右边是太平洋，左边是中国南海。

（5）吕宋、比萨杨和棉兰老岛是菲律宾三个最大的岛屿。

（6）地图是对世界的一种平面的展示。

（7）在地图上，我们可以看到四个主要的方向，分别是东、南、西、北。

（8）在四个主要的方向之间，还有四个次要的方向，分别是东南、东北、西南、西北。

（9）太阳从东方升起来，从西方落下去。

（10）地图上总是有一个指北箭头，它总是指向北方。

五　课后阅读　Pagbabasa sa Gawain Bahay

Ang Pag-Ikot ng Mundo sa Kanyang Aksis[①]

　　Bahagi ng sistemang solar ang mundo. Ang araw ang pinakasentro sa sistemang solar. Ang lahat ng planeta ay umiikot sa kanyang aksis habang patuloy na lumiligid sa araw. Ang pag-ikot ng mundo sa kanyang aksis habang lumiligid ito sa araw ay may kinalaman sa pagbabago ng klima sa iba't ibang bahagi ng daigdig.

　　Pagmasdan ang trumpo habang umiikot. Umiikot ang trumpo sa kanyang pwesto. Ganyan din kung umikot ang mundo sa sarili nitong aksis. Habang umiikot ito sa kanyang aksis, ito ay nakahilig ng 23 digri

---

① *Pilipinas: Bayan Ko 4*，第 40—44 页。

pasilangan minsan sa loob ng dalampu't apat na oras mula sa kanluran patungong silangan. Ito ang dahilan kung kaya mayroon tayong araw at gabi. Ang pag-ikot ng mundo sa kanyang aksis ay tinatawag na rotasyon.

Hindi lahat ng bahagi ng mundo ay nakatatanggap ng sikat ng araw. Ang bahaging nakatatanggap ng sikat ng araw ay maliwanag. Tinawag itong araw. Tumataas ang temperatura sa mga lugar dahil sa sikat ng araw. Tinawag naman na gabi ang mga bahaging walang natatanggap na araw kaya lumalamig ang mga lugar na ito at bumababa ang temperatura. Ang antas ng init o lamig ay tinatawag na temperatura. Umiinit ang mga bagay na nasisikatan ng araw kaya tumataas ang temperatura ng mga ito. Pagsapit ng takip-silim ay unti-unting lumalamig ang mga ito hanggang madaling araw bago sumisikat ang araw. Ang gabi ang pinakamalamig na bahagi sa loob ng 24 na oras ng isang araw.

Ang Pagligid ng Mundo sa Araw

Umabot sa 365 na araw ang isang buong pagligid ng mundo sa araw, na katumbas ng isang taon. Nagkakaroon ng leap year tuwing ikaapat na taon kapag pinagsama-sama ang mga oras na lampas sa 365 na araw.

May dalawang galaw ng mundo. Una, umiikot ito sa sariling aksis at pangalawa, lumiligid ito sa araw. Tingnan din sa larawan ang tiyak na daang tinatahak ng mundo sa kanyang pagligid sa araw. Ito ay tinatawag na orbit.

Ang pagligid ng mundo sa araw ay katamtamang bilis na 107200 kilometro bawat oras. Ilang kilometro naman ang tinatayang katamtamang bilis ng pagligid ng mundo sa araw sa loob ng isang minuto?

Ang Apekto sa Panahon ng Pagkahilig ng Mundo

Habang umiinog o lumiligid ang mundo sa araw, ang aksis nito ay nakaturo sa direksyong Hilaga at nakahilig sa anggulong 23 digri. Ang

Aralin 7 Halinang Maglakbay sa Ating Kapuluan

posisyon ng Hilagang Hating-Globo ay nagbabago sa pagligid ng mundo sa araw. Minsan ito ay nakaharap sa araw at minsan ay nakatalikod, kayat nag-iiba-iba ang anggulo ng pagtama ng sinag ng araw sa loob ng isang taon. Ito ang dahilan ng pagbabago ng panahon sa iba't ibang panig ng mundo.

Ang Hilagang Hating-Globo ay nakatatanggap ng direktang sikat ng araw kung Hunyo 21. Sa bahaging ito ay nakararanas ng mas mahabang araw kaysa gabi ang mga lugar na nasa bahaging Hilagang Hating-Globo. Dito nakakaranas ng anim na buwang sikat ng araw ang Polong Hilaga dahil tag-araw sa bahaging ito. Sa Polong Timog ay nakararanas ng anim na buwang gabi kaya tag-lamig sa bahaging ito.

Aralin 8　Ang mga Katangian ng mga Anyong Lupa at Anyong Tubig ng Pilipinas

一　课文　Testo[①]

Mga Anyong Lupa

　　Iba't ibang anyo ng lupa ang matatagpuan sa ating bansa. Ang mga ito ay ang mga bundok, kapatagan, lambak, talampas, burol, bulkan, at libis.

　　Ang mga anyong lupa ay mahalaga sa mga tao sapagkat dito sila naninirahan at dito rin sila kumukuha ng kanilang mga pangunahing gamit at ikinabubuhay.

Kapatagan

　　Hanapin mo sa mapa ng Pilipinas ang Gitnang Luzon. Ang lugar na ito ay isang kapatagan. Ang kapatagan ng Gitnang Luzon ay pinakamalaking kapatagan sa bansa. Ang kapatagan ay patag na lupa na malaki at malawak. Ang mga lalawigan na sakop dito ay ang Nueva Ecija, Tarlac, Pampanga, Bulacan, at Bataan.

　　Ang kapatagan sa mga lalawigang ito ay mahalaga sapagkat dito nagmumula ang maraming gulay, bigas, at prutas.

　　Karamihan sa mga pananim o produkto na ipinagbibili sa Metro

---

① 　*Pilipinas: Bayan Ko 3*，第 27—52 页。

Aralin 8 Ang mga Katangian ng mga Anyong Lupa at Anyong Tubig ng Pilipinas

Manila ay nanggagaling sa Gitnang Luzon.

Karamihan din sa ating mga mamamayan ay naninirahan sa kapatagan, tulad ng Metro Manila.

Bundok

Nasubukan mo na bang umakyat sa bundok? Mabundok ang ating bansa. Mahalaga ang mga bundok sapagkat dito natin kinukuha ang mga troso na siyang ginagamit sa paggawa ng bahay at mga kagamitan, tulad ng mesa, silya, at aparador.

Iba't ibang uri ng bato ang makukuha sa mga bundok na may mga minang ginto at iba pang metal.

Ang pinakamataas na bundok natin ay ang Bundok Apo sa Mindanao. Pumapangalawa rito ang Bundok ng Pulog sa Luzon.

Dapat nating pahalagahan ang mga bundok sapagkat malaki ang naitututlong nito sa ating kabuhayan.

Tunghayan natin ang talaan ng ilan pang mga bundok na matatagpuan sa Pilipinas.

Bundok	Saan Matatagpuan
1. Mt. Mambajao	Camiguin Island
2. Makiling	Laguna
3. Baco	Occidental Mindoro
4. Halcon	Oriental Mindoro
5. Banahaw	sa pagitan ng Laguna at Quezon
6. Mt. Capotson	Northern Samar
7. Bulusan	Sorsogon
8. Mt. Palanan	Isabela
9. Mt. Kitanglad	Bukidnon
10. Mt. Butig	Lanao

11. Mt. Butik	Cotabato
12. Mt. Kanlaon	Negros Occidental
13. Mt. Katutum	Cotabato
14. Mt. Catmon	Lanao
15. Mt. Kalatungan	Bukidnon

Bulubundukin

Ang mga hanay ng bundok ay tinatawag na bulubundukin. Kabilang dito ang mga kilalang bulubundukin ng ating bansa tulad ng Sierra Madre, Cordillera, Caraballo, at ng Bulubundukin ng Zambales. Ang bulubundukin ng Sierra Madre ang pinakamalaki. Sa pagitan ng mga bulubundukin ng Sierra Madre makikita ang lambak ng Cagayan.

Ang mga bulubundukin sa Mindanao ay matatagpuan sa Bukidnon, Davao, at Cotabato.

Bulkan

Ang bulkan ay isang anyong lupa na may bungangang nagbubuga ng kumukulong putik at bato. Ayon sa *Philippine Institute of Volcanology and Seismology* o PHIVOLCS, mahigit na 200 bulkan ang matatagpuan sa ating bansa. Sa bilang na ito, 22 na ang naging aktibo sa loob ng nagdaang 600 taon. Ang ilan sa mga bulkan sa Pilipinas ay ang mga sumusunod.

1. Bulkang Taal sa Batangas
2. Bulkang Bulusan sa Sorsogon
3. Bulkang Kanlaon sa Negros
4. Bulkang Hibuk-hibok sa Camiguin
5. Bulkang Didicas sa Babuyan Islands
6. Bulkang Iraya sa pulong Batanes

Aralin 8 Ang mga Katangian ng mga Anyong Lupa at Anyong Tubig ng Pilipinas

7. Bulkang Makaturing sa Lanao del Sur

Lambak

Nakakita ka na ba ang mga patag na lupaing nasa pagitan ng mga bundok? Ang tawag dito ay lambak. Mataba ag lupain sa isang lambak. Sa Lambak ng Cagayan nanggagaling ang mga sariwang gulay sa ating pamilihan.

Ang ilan pang mga lambak sa atin ay ang Lambak Trinidad sa Lalawigang Bulubundukin, Lambak Koronadal, at Lambak Allah sa Cotabato, at ang Lambak ng Marikina sa Metro Manila.

Burol

Ang burol ay isang mataas na anyong lupa na mababa kaysa bundok. May mga burol na matatagpuan sa Antipolo, Batangas, at iba pang pook sa Luzon. May mga burol din sa Visayas at Mindanao. Karaniwang ginagawang pastulan ng mga hayop ang burol.

Maaari ring magtanim ng prutas at niyog sa isang burol. Ang Chocolate Hills sa Bohol ang pinakatanyag na burol sa bansa.

Talampas

Isang patag at malawak na anyong lupa sa ibabaw ng isang burol o bundok ang talampas. Ang lungsod ng Baguio sa Lalawigang Bulubundukin ay isang talampas. Malamig ang klima dito kaya't maraming nagpupunta tuwing tag-init. Marami ring mga tanawin dito. Marami ring lugar ang pinag-aalagaan ng mga hayop.

Ang mga kilalang talampas sa Pilipinas ay ang Talampas ng Tagaytay sa Cavite at ang Talampas sa Bukidnon. Sa Talampas ng Bukidnon makikita ang malawak na taniman ng pinya.

基础菲律宾语（第三册）

May malawak na talampas sa Lanao del Sur na nasasakop ng bayang Butig, Lumbatan, Gamassi, at Balabagan. Itong talampas ay nasa tinatawag na Sultanate ng Unayan, isa sa apat na Sultanate sa Lanao.

May alam ka pa bang ibang mga talampas sa ating bansa?

Tangos

Isang matulis at mataas na anyong lupa na nasa baybaying dagat ang tangos. Tingnan sa mapa ang Tangos ng Bolinao sa Pangasinan. Isa ito sa pinakakilalang tangos sa ating bansa.

Maaaring maging daungan ng mga sasakyang dagat ang tangos. Dito rin nagtatayo ng parola upang maging patnubay ng mga sasakyang dagat kung gabi. Ang tangos ng Engaño sa lalawigan ng Cagayan ay isang halimbawa ng tangos.

Tangway

Halos naliligid na ng tubig ang tangway. Ang isang bahagi nito ay nakakabit sa lupa. Tingan sa mapa ang mga lalawigan ng Bataan, Bicol, at Zamboanga. Sabihin kung bakit tinawag itong tangway.

Baybayin

Ang mga patag na lupa sa tabi ng dagat ay tinatawag na mga baybayin. May malawak na baybayin ang ating bansa. Malaki ang naitutulong ng mga baybayin sa ating kabuhayan. Angkop ang mga ito sa pangingisda, pangangalakal, paglilibang, at himpilan ng mga sasakyang dagat.

Pag-aaral natin ang mga simbolo ng iba't ibang anyong lupa. Mahalaga para sa atin na malaman ang mga simbolong ito upang madaling hanapin ang mga anyong lupa na nasa mapa.

Aralin 8 Ang mga Katangian ng mga Anyong Lupa at Anyong Tubig ng Pilipinas

Tandaan

Ang kapatagan ay lupaing malaki at malawak. Ito ay mahalaga sapagkat dito nagmumula ang mga kinakain nating gulay, bigas, at prutas.

Dapat nating pangalagaan ang mga bundok sapagkat malaki ang naitutulong nito sa ating kabuhayan.

Bulubundukin ang tawag sa hanay ng mga bundok.

Ang bulkan ay isang anyong lupa na may bungangang nagbubuga ng kumukulong putik at bato.

Ang lambak ay patag na lupaing nasa pagitan ng mga bundok.

Ang burol ay isang mataas na anyong lupa na mababa kaysa bundok.

Ang talampas ay isang patag at malawak na anyong lupa sa ibabaw ng isang burol o bundok.

Ang tangos ay isang matulis at mataas na anyong lupa na nasa baybaying dagat.

Ang tangway ay anyong lupa na halos naliligid ng tubig at ang isang bahagi nito ay nakakabit sa lupa.

Ang mga patag na lupa sa tabi ng dagat ay tinatawag na mga baybayin.

Mga Anyong Tubig

Kung pagmamasdan ang mapang pisikal ng bansa ay makikita rito kung saang lugar matatagpuan ang iba't ibang anyong tubig ng lawa, ilog, talon, tangway, golpo, dagat, at karagatan.

Pag-usapan natin ang mga anyong tubig na ito.

Karagatan

Pinakamalaking anyong tubig ang karagatan. May mga bahagi itong napakalalim. Naglalayag dito ang mga malalaking barko patungo sa iba't ibang bansa.

Ang Karagatang Pacifico na matatagpuan sa gawing Silangan ng bansa ang pinakamalaking karagatan sa buong daigdig. Dito naglalakbay ang mga malalaking barko patungo sa iba't ibang dako ng daigdig.

Dagat

Ang dagat ay higit na maliit kaysa sa karagatan. Ito ay nag-uugnay sa iba't ibang lalawigan ng bansa.

Ang Dagat Celebes sa Timog, Dagat Timog China sa Kanluran, at Dagat Pilipinas sa Silangan ang mga dagat na nakapalibot sa Pilipinas. Tulad ng karagatan, malawak at maalat ang tubig nito. Ang pangalawa sa pinakamalalim na dagat sa buong mundo ay ang *Philippine Deep Sea*. Ang Dagat Sulu, Dagat Mindanao, at Dagat Sibuyan ay matatagpuan sa pagitan ng mga pulo ng Pilipinas.

Look

Ang look ay karugtong ng dagat. Higit na mababaw ito kaysa ibang bahagi ng dagat, dahil may liko ito sa baybayin. Ang ibang bahagi nito ay napaliligiran ng lupa. Ito ay kalimitang ginagawang daungan ng mga sasakyang pandagat. Ang look ng Maynila ay isang magandang daungan.

Maraming yate ang makikita rito bukod sa mga bangka. Ang mga look ng Tayabas sa Quezon, Iligan, Carigara sa Leyte, at Gingoog sa Mindanao ay ilang halimbawa ng look na matatagpuan sa Pilipinas.

Ilog

Ang ilog ay isang anyong tubig na umaagos papuntang lawa, look, o dagat. Nagmumula ito sa burol o bundok. Matabang ang tubig nito tulad ng sa lawa.

Aralin 8 Ang mga Katangian ng mga Anyong Lupa at Anyong Tubig ng Pilipinas

Ang Ilog Ambuklao sa Benguet ay nagbibigay ng enerhiya para sa kuryenteng tumatakbo sa maraming lalawigan sa Luzon. Ang Ilog Caliraya sa Laguna ay nagbibigay rin ng enerhiya para sa kuryente.

Ang pinakamalaking ilog sa bansa ay ang Rio Grande, na makikita sa Mindanao. Ang iba pang ilog sa Mindanao ay ang Ilog Agus sa lungsod ng Marawi at Ilog ng Maladugno sa Lanao del Sur.

Talon

Ang talon sy isang anyong tubig na nagmumula sa itaas ng bundok. Halimbawa nito ay ang Talon ng Pagsanjan, isa sa pangunahing atraksyon sa bansa. Ang Talon ng Maria Cristina sa Lanao del Norte at Talon ng Botocan sa Laguna naman ay pinagkukunan ng enerhiya para sa elektrisidad.

Ang rumaragasang tubig mula sa ating mga talon ay nagbibigay ng enerhiya para sa kuryenteng tumutulong sa mga lalawigan.

Ang ilan pang halimbawa ng talon ay ang Talon ng Jawili sa Kalibo, Aklan, Talon ng Palali sa Maliby, Albay; at Talon ng Tinago sa Lanao del Norte.

二 单词表 Talasalitaan

lambak	山谷
libis	山坡
nagmumula	出产
karamihan	大多数
nasubukan	尝试
troso	木材
tunghayan	向上看

基础菲律宾语（第三册）

hanay	列
kabilang	包括
bunganga	口、弹坑
nagbubuga	喷、打嗝
kumukulo	沸腾
putik	泥
pastulan	牧场
matulis	尖的
tangos	海角
parola	灯塔
patnubay	引导
tangway	半岛
nakakabit	连接
angkop	适合于……
himpilan	驻扎点、总部
naglalayag	航行
gawi	方向
karugtong	延长，连接
kuryente	电力，电能
rumaragasa	急速，猛烈，突然
nakapalibot	包围
kipot	海峡
bumabagtas	穿过
daloy	流动的
paghahatid	运输
barko	轮船

Aralin 8　Ang mga Katangian ng mga Anyong Lupa at Anyong Tubig ng Pilipinas

三　注释　Tala

1. 动词词缀 ika- 侧重表示动作的原因、起因。例如 pangunahing gamit at ikinabubuhay 中，其不定式为 ikabuhay，意为"以……为生"，在文中是动词性名词成分，指生活所需品。动词性名词成分是菲律宾语常见现象，其中的现在时动词通常表示做动作的人，例如"maraming nagpupunta tuwing tag-init"，"Malaki ang naitutulong nito sa ating kabuhayan"。

2. "kinakain nating gulay"，"kumukulong putik"是定语（从句）前置修饰的现象，一般定语从句后置修饰，但当从句较短或可省略为动词时，可以前置到被修饰名词的前面，同样采取连接结构与名词连接。

3. "Ipagbili"意指"卖东西"，文中 pananim o produkto na ipinagbibili 可改写成句型：ipinagbibili ng（施动者）ang mga pananim o produkto.

四　练习　Pangkasanayan

1. **Ayon sa paglalarawan sa testo, piliin ang wastong sagot mula sa ibaba.**

   (1) Ang mga patag na lupa sa tabi ng dagat. ____

   (2) Anyong lupa na halos naliligid na ng tubig at ang isang bahagi nito ay nakakabit sa lupa. ____

   (3) Isang matulis at mataas na anyong lupa na nasa baybaying dagat. ____

   (4) Isang patag at malawak na anyong lupa sa ibabaw ng isang burol o bundok. ____

   (5) Mataas na anyong lupa na mababa kaysa bundok. ____

(6) Mga patag na lupang nasa pagitan ng mga bundok. ____

(7) Isang anyong lupa na may bungangang nagbubuga ng kumukulong putik at bato. ____

(8) Ang tawag sa hanay ng mga bundok. ____

(9) Lupaing malaki at malawak. ____

(10) Isang mataas na mataas na bahagi ng anyong lupa. ____

    a. bundok b. kapatagan c. bulubundukin d. bulkan e. lambak
    f. burol g. talampas h. tangos i. tangway j. baybayin

2. **Sagutin ang sumusunod na mga tanong.**

(1) Ano ang pinakamataas na bundok sa Pilipinas?

(2) Sa mga bulkan sa Pilipinas, ilan ang naging aktibo sa loob ng nagdaang 600 taon?

(3) Ano ang pinakatanyag na burol sa Pilipinas?

(4) Sa lahat ng mga lugar sa Pilipinas, ano ang pinakamaganda sa palagay mo? Bakit?

3. **Pagsusulat. Magsulat ng isang maikling artikulo ayon sa sumusunod na paksa.**

    Maganda ang mga lugar sa Pilipinas. Sa iyong pananaw, ano ang pinakainteresanteng pook na gusto mong bisitahin? Pakilagay ng pangalan at mga sanhi.

4. **Sabihin kung anong uri ng anyo ang mga sumusunod na tubig. Isulat ang sagot sa patlang.**

(1) Lawa ng Taal: ____

(2) San Juanico Strait: ____

(3) Subic Bay: ____

(4) Rio Grande de Mindanao: ____

(5) Ilog ng Caliraya: ____

(6) Hinulugang Taktak: ____

Aralin 8 Ang mga Katangian ng mga Anyong Lupa at Anyong Tubig ng Pilipinas

(7) Cagayan River: _____

(8) Maria Cristina Falls: _____

(9) Philippine Deep Sea : _____

(10) Tiwi Hot Spring: _____

5. Sagutin ang sumusunod na tanong.

(1) Ano ang maaaring gawin ng isang mag-aaral tulad mo upang makatulong sa pangangalaga ng ating mga ilog?

(2) Ano ang dapat gawin ng bawat isa sa inyo matapos ninyong magpiknik sa may tabing dagat? Bakit?

6. Isalin ang mga pangungusap sa wikang Filipino.

(1) 大洋是最大的水体类型。

(2) 泉水是从地底或者大山深处不断流淌出来的小水流。

(3) 海峡是一种流经两块陆地之间的水体。

(4) 河流是流向湖、海湾和海的水体类型。

(5) 瀑布是从高山上流下来的水体类型。

五 课后阅读 Pagbabasa sa Gawain Bahay

Kipot

　　Ang kipot ay anyong tubig na bumabagtas sa pagitan ng dalawang anyong lupa. Isang halimbawa nito ay ang kipot ng San Juanico na nasa pagitan ng Samar at Leyte. Ang kipot ng Bohol at kipot ng Tanon ang naghihiwalay sa mga lalawigan ng Negros Oriental, Cebu at Bohol.

　　Ang kipot ng Surigao naman ang nasa pagitan ng Leyte at Hilagang-Silangang bahagi ng Mindanao. Ang kipot ng Tablas naman ay nasa pagitan ng Occidental Mindoro at Romblon. Tingnan ang mapa ng Pilipinas at hanapin ang iba pang kipot sa ating bansa.

Golpo

Ang golpo ay halos katulad ng look, subalit ito ay higit na malaki sa look. Ang ilan sa mga golpo sa Pilipinas ay ang mga sumusunod: Golpo ng Moro, Golpo ng Davao, Golpo ng Repay, Golpo ng Lagonoy, Golpo ng Albay, Golpo ng Panaya, at Golpo ng Leyte.

Bukal

Ang bukal ay maliit na daloy ng tubig na nagmumula sa ilalim ng lupa o bundok. Ito ay nagbubulwak ng malamig o mainit na tubig. Ang ilan sa ating mga bukal ay napagkukunan ng enerhiya na tinatawag na "geothermal plant." Kilala dito ang mainit na bukal sa Tiwi, Albay.

Bawat Pilipino ay nalilinang nila ang anumang likas na kayamanang matatagpuan sa kanilang lugar. Ang mga nakatira sa may baybay-dagat, ilog, at lawa ay mangingisda. Nangunguha rin sila ng mga kayamanang-dagat, tulad ng perlas, kabibe, at halamang-dagat.

Ang mga dagat, look at ilog ay nagagamit din sa paghahatid ng mga kalakal sa ibang lugar. Ang mga ito ay ginagamit din sa pagtatawid ng mga tao sa ibang pook.

Tunay ngang ang kayaman ng bansa ay kabalikat ng tao sa kanyang pag-unlad.

Aralin 9　Ang mga Rehiyon ng Pilipinas: Katimugang Luzon at Kabikulan

一　课文　Testo[①]

Katimugang Luzon Ang Rehiyon IV

Ang Rehiyon IV ang pinakamalaking rehiyon sa bansa. Ito ay nasa timog-kanlurang Luzon. Hinati ang rehiyon sa dalawang bahagi sa bisa ng Executive Order No. 103 noong taong 2001, ito ang Rehiyon IV-B. Ang lalawigan ng Aurora na dati ay kabilang sa Rehiyon IV ay nailipat sa Rehiyon III.

Ang rehiyon IV-A ay CALABARZON na binubuo ng limang lalawigan.

Alam mo ba ang kahulugan ng akronim na CALABARZON?

Ang Rehiyon IV-B ay tinawag na MIMAROPA at binubuo ng limang lalawigan.

Katangiang Pisikal at Klima

Mayaman ang rehiyon sa mga anyong tubig at anyong lupa. Binubuo ito ng mga pulo, bundok, burol, kapatagan, at bulkan. Marami ring ilog, lawa, talon, at bukal sa rehiyon. May malawak itong minahan, taniman, kagubatan, kabundukan, at pastulan.

[①]　*Pilipinas: Bayan Ko 4*, 第 132—154 页。

　　Sa Laguna matatagpuan ang Lawa ng Laguna, ang pinakamalaking lawa sa Pilipinas. Nasa lalawigan ng Batangas ang Lawa ng Taal, at sa gitna ng lawa ay ang Bulkan ng Taal na isang buhay na bulkan.

　　Ang mga kilalang bundok sa Rehiyon IV ay ang Bundok Banahaw sa Quezon na itinuturing na sagradong bundok ng mga deboto, Bundok Makiling sa Laguna, at Bundok Halcon sa Mindoro Occidental. Sa kahabaan naman ng lalawigan ng Quezon matatagpuan ang bulubundukin ng Sierra Madre. Matatagpuan sa Laguna ang malawak na kapatagan at mga hot spring o bukal na may mainit na tubig at ang tanyag na talon ng Pagsanjan na dinarayo ng mga turista. Tanyag din ang Talon ng Tamaraw sa Mindoro Oriental.

　　Malaki ang rehiyon IV kaya nakararanas ito ng magkaibang uri ng klima sa iba't ibang bahagi sa buong taon.

　　Tag-init sa buwan ng Nobyembre hanggang Abril sa mga lalawigan ng Mindoro Occidental, Cavite, at Batangas at tag-ulan sa iba't ibang buwan ng taon. Ang lalawigan ng Palawan, Laguna, at Rizal ay nakararanas ng tagtuyo sa loob ng isa o tatlong buwan at mahabang tag-ulan ang nararanasan sa ibang buwan taun-taon.

　　Tag-ulan naman sa buong taon ang nararanasan sa mga lalawigan ng Marinduque, Romblon, Mindoro Oriental, at Quezon.

　　Madalas ding daanan ng bagyo ang Rehiyon IV. Alam mo ba kung saang karagatan nanggagaling ang bagyong dumaraan sa rehiyon?

Mga likas na Yaman, Industriya, Hanapbuhay, at Prudukto

　　Ang Rehiyon IV ay isa sa mga maunlad na rehiyon sa bansa. Ang mga lalawigang bumubuo rito ay malapit din sa Kalakhang Maynila maliban sa Mindoro Oriental, Mindoro Occidental, Marinduque, Romblon, at Palawan.

Aralin 9 Ang mga Rehiyon ng Pilipinas: Katimugang Luzon at Kabikulan

Ang katimugang Luzon ay tinawag na Rehiyon ng Niyog sa Pilipinas sapagkat ang Rehiyon ang pangunahing tagatustos ng niyog sa Luzon at sa ibang bahagi ng Pilipinas. Maraming puno ng niyog ang makikita sa mga lalawigan ng rehiyon. Tagapagluwas ito ng maraming kopra sa ibang bansa.

Mataba ang lupain sa rehiyon kaya iba't ibang pananim ang itinatanim dito. Bukod sa niyog na pinanggagalingan ng kopra, nagtanim din sila ng palay bilang isa sa pangunahing produkto.

Malawak ang palayan sa Laguna. Dito matatagpuan ang International Rice Research Institute (IRRI). Ito ang sentro ng pananaliksik tungkol sa palay sa Timog-Silangang Asia.

Ang iba pang produkto ng mga taga-Rehiyon IV ay tubo, mais, pinya, kape, munggo, saging, at mga bungang-kahoy.

Kilala ang mga bayan ng Paete, Liliw, at Nagcarlan sa Laguna sa lansones. Tanyag naman ang lalawigan ng Cavite sa pinya, saging, avocado, at kape. Samantalang ang lalawigan ng Batangas ay nag-aani ng dalandan, kakaw, at mayroon ding kape at tubo.

Ang dating lalawigan ng Tayabas na ngayon ay lalawigan ng Quezon ay kilala sa produksyon ng niyog at lambanog. Ginagawa rin dito ang mga sumbrerong buntal. Dito rin matatagpuan ang magagandang bag.

Ang lalawigan naman ng Mindoro ay umaani ng palay, tubo, abaka, niyog, at mais. Sa mga nakahilerang bundok na naghahati sa pulo ng Mindoro sa dalawa ay matatagpuan ang Tamaraw.

Marami ring matatabang baka ang inaalagaan sa malalagong damuhan ng Batangas at Laguna. Dito nagmumula ang industriya sa paggawa ng gatas, keso, at mantikiliya mula sa gatas ng baka.

Kilala ang Batangas sa pagbuburda. Binuburdahan dito ang mga kasuotang yari sa jusi o piña. Karaniwang binuburdahan ang mga barong

Tagalog at mga kasuotang pangkasal.

Kilalang-kilala ang bayan ng Paete sa Laguna sa paglililok. Magandang dibuho ang ginagawa ng mga taga-Paete gamit ang paet at kahoy. Nag-uukit din sila ng mga muwebles at gumagawa ng mga produktong paper mache.

Ang lalawigan ng Palawan ay binubuo ng maraming pulo. Mayaman ang lalawigan sa mga likas na yaman tulad ng magagandang baybayin, mga bundok, at hindi pa nagagalugad na kagubatan. Dito nagmumula ang *bird's nest*, na ginagawang sopas, na nakukuha mula sa mga nakatirik na batuhan sa pampang na pinamumugaran ng mga ilang na ibon.

Kilala ang lalawigan ng Romblon sa pagkakaroon ng marmol. Maraming deposito ng marmol ang nakukuha sa lalawigan. Alam mo ba kung saan ginagamit ang marmol?

Sa lalawigan ng Marinduque minimina ang tanso at pilak. Mayroon ding ginagalugad na langis sa Palawan at minahan ng karbon. Sa lalawigan naman ng Batangas, Quezon, at Rizal nagmumula ang ore. Ang mina ng ginto, tanso, at pilak ay matatagpuan sa Mindoro. Ang salitang Mindoro ay mula sa mina ng oro o ginto.

Malaki ang naitulong ng mga itinayong pagawaan sa kabuhayan ng mga taga-Rehiyon IV. May pagawaan ng asukal, semento, at dalisayan ng langis sa Batangas. Ang pagawaan naman ng sapatos at bag ay marami sa bayan ng Liliw sa Laguna.

Pinakamalapit sa Kalakhang Maynila ang lalawigan ng Rizal. Kakabit lang ito ng NCR. Ang Lungsod ng Pasig ang pinakamaunlad na lalawigan ng Rizal. Ito rin ang kabisera ng Rizal. Matatagpuan dito ang matataas at malalaking gusali ng iba't ibang kompanya at mga tanggapan. Alam mo ba kung ano ang pangunahing pinagkakakitaan dito? Tanyag ang lungsod ng Antipolo sa malinamnam na buto ng kasoy

Aralin 9   Ang mga Rehiyon ng Pilipinas: Katimugang Luzon at Kabikulan

at mga kakanin tulad ng suman at iba pa. Kilala rin ang bayan ng Cainta sa lalawigan ng Pasig sa masasarap na kakanin at mga minatamis. Hindi rin pahuhuli ang bayan ng Taytay sa paggawa ng pinto, bintana, at mga damit. Ang ibang bayan ng Rizal na malapit sa Laguna de Bay ay pangingisda ang pangunahing hanapbuhay.

Nakatutulong din sa pag-unlad ng rehiyon ang industriya ng turismo. Maraming mga turista ang pumupunta rito dahil sa magagandang pasyalan nito.

Mamamayan

Maraming kilalang bayani ang nagmula sa Rehiyon IV tulad ng ating pambansang bayaning si Dr. Jose Rizal na isinilang sa Calamba, Laguna. Ang dakilang lumpo na si Apolinario Mabini ay nagmula sa Batangas. Si Pangulong Manuel L. Quezon ay buhat naman sa lalawigan ng Quezon at ang Unang Pangulo ng Republika ng Pilipinas na si Heneral Emilio Aguinaldo ay nagmula sa Kawit, Cavite.

Ipinanganak din sa Batangas si Jose P. Laurel at si Miguel Malvar.

Mga Natatanging Pook at Tanawin sa Rehiyon IV

Ang mga lalawigan ng Cavite, Rizal, Batangas, at Laguna ay kabilang sa walong lalawigan na unang naghimagsik laban sa mga Español.

Makasaysayan ang Kawit, Cavite dahil dito ipinahayag ni Heneral Emilio Aguinaldo ang kalayaan ng Pilipinas noong ika-12 ng Hunyo, 1898.

Isinilang naman sa Calamba, Laguna ang ating pambansang bayani na si Dr. Jose Rizal. Matatagpuan dito ang kanilang tirahan.

Pinupuntahan ng maraming tao at mga turista ang mga bayan

sa Rehiyon IV dahil sa makukulay at masasayang kafyestahan at selebrasyon. Dinarayo ang Lukban, Quezon dahil sa kanilang *Pahiyas* tuwing Mayo 15 ng bawat taon. Ito ang kafyestahan ng Mahal na Patron na si San Isidro Labrador, ang santo ng mga magsasaka.

Dinarayo rin ang bayan ng Pakil sa Laguna dahil sa kanilang Turumba Festival.

Tampok naman ang Moriones Festival tuwing Mahal na Araw sa Marinduque.

Maganda ring puntahan ang Villa Escudero sa lalawigan ng Quezon, ang Talon ng Pagsanjan sa Laguna, Hidden Villey sa Alaminos, at ang Kaliraya na pawang sa lalawigan ng Laguna matatagpuan.

Dinarayo rin ang Tagaytay dahil sa malamig na klima nito. Mula sa mataas na lugar ng Tagaytay ay makikita ang pinakamaliit ng bulkan, ang Bulkan ng Taal na nasa gitna ng Lawa ng Taal sa Batangas.

Madalas din puntahan ng maraming tao, na nais maligo ang mga dalampasigan, mga beach, resort, at mga hot spring ng rehiyon. Tanyag dito ang Matabungcay at Anilao Beach sa Batangas, Hot Springs sa Pansol, Laguna, at ang mga magagandang beach sa Cavite, Palawan, at Mindoro.

Maraming lugar sa Palawan ang pinupuntahan ng mga turista. Tanyag dito ang El Nido Beach Resort at ang Underground River. Sa Palawan din makikita ang Calauit Island na tahanan ng iba't ibang uri ng hayop na malayang nakagagala sa pulo. Kaakit-akit din na tanawin ang Coron Island dahil sa magagandang korales na kitang-kita sa malinis at malinaw na tubig.

Hindi naman pahuhuli ang Mindoro dahil matatagpuan din dito ang magagandang beach tulad ng Puerto Galera at White Beach.

May dalawa ring bundok sa rehiyon na madalas akyatin. Ang

Aralin 9 Ang mga Rehiyon ng Pilipinas: Katimugang Luzon at Kabikulan

bundok Banahaw sa Quezon ay dinarayo ng mga deboto ng iba't ibang relihiyon. Tinatawag na sagradong bundok ang Bundok Banahaw. Alam mo ba ang dahilan kung bakit? Sa itaas naman ng Bundok Makiling sa Laguna makikita ang Boy Scouts of the Philippine Campsite at Philippine Arts Center.

Ang Rehiyon V Rehiyong Bicol

Ang Rehiyon V ay Rehiyon ng Bicol. Ito ay nasa timog-silangan ng Luzon.

Tingnan ang mapa. Ituro ang mga lalawigang bumubuo rito.

Iba't ibang anyong tubig ang nakapaligid sa rehiyon. Sa timog nito ay ang Golpo ng Asia, Karagatang Pasipiko sa silangan, sa hilaga ang look ng Lamon at ang lalawigan ng Quezon, at Dagat Sibuyan sa gawing kanluran.

Katangiang Pisikal at Klima

Maburol at bulubundukin ang ilang bahagi ng rehiyon. Malawak na kapatagan ang makikita sa Camarines Sur at Albay. Halos naliligid ng tubig ang Rehiyon V, dahil dito tinatawag itong isang tangway. May mga bulkang makikita rito tulad ng Bulkan ng Bulusan at ang Bulkang Mayon na pinakatanyag dahil sa perpekto nitong hugis apa. Kabilang din ang mga talon sa makikita rito, tulad ng Talon ng Escaldera at ang pinakamalaking talon sa Malabsay, Busay, Maunat, at Bugsukan. Tanyag din ang Lawa ng Bulusan at ang mga bukal, tulad ng Tiwi Hot Spring na pinagkukunan ng kuryente sa rehiyon.

Mapalad ang mga taga-Rehiyon V dahil mayroon silang matabang lupa at masaganang ulan sa buong taon. Maulan sa kanlurang bahagi sa buwan ng Hunyo hanggang Oktubre.

Ang rehiyon ang madalas daanan ng bagyo dahil nakahimlay ito sa landas ng bagyo na nanggagaling sa Karagatang Pasipiko.

Mga Likas na Yaman, Industriya, Hanapbuhay, at Produkto

Ang pagkakaroon ng matabang lupa at masaganang ulan sa buong taon ay angkop para sa pagtatanim ng abaka, palay, mais, pili, saging, niyog, at halamang ugat tulad ng gabi at kamote. Maunlad ang pagsasaka sa rehiyong ito. Nakatulong ang mga putik o lava na nagmula sa bulkan sa pagpataba ng lupa sa paligid.

Tinaguriang "Rehiyon ng Abaka" ang Kabikulan dahil pinanggagalingan ito ng maraming abaka. Pinagkakakitaan ng rehiyon ang industriya sa paggawa ng mga produktong gawa sa abaka, tulad ng bag, tsinelas, lubid, sombrero, karpet, pandekorasyon, at marami pang iba.

Bukod sa mga produktong yari sa abaka, gumagawa rin ng minatamis na pili ang mga Bikolano. Naghahabi rin sila, gumagawa ng banig, nagpapalayok, at gumagawa ng muwebles.

Sagana sa yantok, nito, ratan at tambo ang malalagong kagubatan ng rehiyon. Ginagawa nila ito ng mga upuan at iba pang kasangkapan sa bahay.

Matatagpuan ang iba't ibang mineral sa kabundukan tulad ng ginto, tanso, bakal, marmol, chromite, manganese, at pyrite. Kilala ang lugar ng Aroroy sa Masbate at Paracale, Camarines Norte sa pagmimina ng ginto. Alam mo ba kung anong mga bagay ang magagawa mula sa ginto?

Angkop naman sa pag-aalaga ng baka ang mga luntiang burol at bukirin sa Masbate. Marami ang nag-aalaga ng baka sa lalawigang ito. Karamihan sa mga kalalakihan at kahit kababaihan sa Masbate ay sumasali sa paligsahan sa pagsilo ng torong baka sa pamamagitan ng

Aralin 9 Ang mga Rehiyon ng Pilipinas: Katimugang Luzon at Kabikulan

lubid at pagtumba nito sa pamamagitan ng lakas ng katawan.

Nabubuhay naman sa pangingisda ang mga taong malapit sa dagat at lawa. Kilala ang maliliit na isdang sinarapan na nahuhuli sa Lawa ng Buhi. Ginagawa nila itong omelet para ulam sa hapag. Pinangangambahan ang pagkaubos ng maliliit na isdang ito kaya ipinagbawal na ng lokal na pamahalaan ang paghuhuli ng mga ito.

Nakatutulong din ang plantang geothermal sa Tiwi, Albay. Nakalilikha ito ng kuryente mula sa mainit na tubig na bumubukal sa lupa. Dito kumukuha ng kuryente ang buong lalawigan ng Albay at mga karatig na bayan at lalawigan sa Bicol.

Mamamayan

Mga Bikolano ang naninirahan sa Rehiyon V. Wikang Bicol ang ginagamit ng nakararami. May kahalong Tagalog ang wikang Bicol sa Camarines Norte.

Masbateno naman ang tawag sa mga naninirahan sa Masbate. Masbateno rin ang kanilang diyalekto na may kahalong Bisaya, Waray, Ilonggo, Cebuano, at Hiligaynon.

Anong pagkain ang naaalala mo kapag nabanggit ang Bicol? Di ba kilala ito sa mga pagkaing maanghang na tinatawag na Bicol Express. Nakatikim ka na ba nito? Bukod sa Bicol Express, kilala rin ang Bicol sa pili at pinangat na mga pagkain o ulam na may gata. Dinadagsa ng mga tao ang Bicol tuwing isinasagawa ang Pili Festival sa lalawigan ng Sorsogon.

Mga Natatanging Pook o Pasyalan sa Rehiyon V

Dinarayo ng mga deboto ang simbahan ng Penafrancia. Dito makikita ang Mahimalang Birhen ng Penafrancia. Kapag fyesta, ito ay ipinuprusisyon sa isang magarbong pagoda sa ilog.

Tanyag din sa Bicol ang Bulkan Mayon. Kilala ito dahil sa perpektong hugis kono nito.

May perpektong kono pa rin ba ito sa kasalukuyan?

Pinupuntahan rin ng marami ang Tiwi Hot Spring dahil sa mainit na tubig na nagpapagaling sa may karamdaman.

Isang tanawin sa Bicol ang pinupuntahan ng mga turista, ang Guho ng Cagsawa o Cagsawa Ruins. Ito ay labi ng simbahan ng Cagsawa na natabunan nang sumabog ang bulkang Mayon noong 1814. Ang tanging makikita na lamang sa labi ng simbahan ay ang bell tower na tinubuan na ng mga damo at punongkahoy.

Tanyag din ang magagandang mga beach na makikita sa buong rehiyon. Kabilang dito ang kuweba na pinupuntahan ng mga tao. Nangunguna rito ang Kuweba ng Hayup-Hayopan sa Albay.

二　单词表　Talasalitaan

kahulugan	含义
akronim	缩写
kagubatan	森林
kabundukan	高地
pastulan	牧场
nakararanas	经历、体验
pananaliksik	研究、调查
kasuotang pangkasal	婚礼服饰
marmol	大理石
pagawaan	作坊、工厂
kabisera	省会

Aralin 9 Ang mga Rehiyon ng Pilipinas: Katimugang Luzon at Kabikulan

kafyestahan 盛宴

三 注释 Tala

1. magkaiba 可作形容词，指"各不相同的"，例如"magkaibang uri ng klima"。iba't iba 强调"不同类的，各个"，例如"iba't ibang buwan ng taon"，"iba't ibang pananin ang itinatanim dito"，iba pa 指"其他的"。

2. 词缀 taga- 除了指"来自某地的人或物"，还可表示"从事或负责某事物的人或事物"，此时还可以表示为 tagapag-。例如 tagatustos ng niyog 意为"椰子的供应者"，tagapagluwas 意为"（进）出口商"。

3. Timog-Silangang Asia/Asya 意为"东南亚"，其间连字符可省，类似的还有 Hilagang-Kanlurang Erupa，Hilagang Silangang Asya。

4. kafyestahan 节庆一词拼法较多，有 fiesta、piyesta、pista、kapiyestahan、kapistahan 等，原因是西语外来词转写的不规则。

四 练习 Pangkasanayan

1. **Sagutin ang mga sumusunod na tanong.**

   (1) May mga kilalang bundok para sa mga deboto sa Rehiyon IV? Kung mayroon, anu-ano ang mga pangalan?

   (2) Ipakilala ang katangian ng pagbuburda sa Batangas sa sariling wika.

   (3) Ano ang kagamitan ng pugad ng ibon? Saan galing iyon?

(4) Bakit dinarayo ang mga pook ng tanawin sa rehiyong ito?

(5) Anu-ano ang mga likas na yaman sa rehiyong ito at paano magamit ang mga iyon sa industriya?

(6) Bakit tanyag ang lungsod ng Antipolo?

2. Isalin ang mga pangungusap sa wikang Filipino.

(1) 教堂、楼房和工厂已成遗址，去年的火山喷发把它们掩埋了。

(2) 热水从地下喷涌而出，它们可以给整个城市发电，也可以作为温泉吸引游人。

(3) 肥沃的草地上饲养了很多牛羊。

(4) 陡峭的山脉把平原分割成了两个部分。

(5) 城里大多数的男女老少都来参加比赛。

五 课后阅读　Pagbabasa sa Gawain Bahay

Pagpapaunlad ng mga munting kakayahan[①]

　　Ang mga batang Pilipino ay may mga munting kakayahan na kailangang paunlarin. Tumutulong ang pamahalaan sa pagpapaunlad ng inyong kakayahan.

　　Sa paaralan unang napapaunlad ang mga kakayahan ng mga

---

① *Pilipinas: Bayan Ko 2*, 第 331—335 页。

Aralin 9 Ang mga Rehiyon ng Pilipinas: Katimugang Luzon at Kabikulan

kabataan. Sa pamamagitan ng iba't ibang programa natutuklasan ng mga guro ang mga natatanging kakayahan ng mga bata sa klase. Ito ang nagiging simula ng kanilang pagsasanay at tuluyang pag-unlad.

Ang mga proyekto ng pamahalaan na tumutulong sa pagpapaunlad ng kanilang kakayahan ay karaniwang inilulunsad sa mga paaralan. Layunin ng pamahalaan na paunlarin hindi lamang ang kakayahan kundi pati na ang kaisipan ng kabataan.

Sa mga batang may angking talino sa siyensya ang DOST o *Department of Science and Technology* ay nagbibigay ng tulong na pangmatrikula at pang-araw-araw na gastos sa paaralan. Ito ang tinatawag nilang *scholarship program* upang makapag-aral ang mga batang may talino subalit walang pantustos ang mga magulang dahil sa kahirapan ng buhay.

Ang mga bata namang may galing sa pagpipinta o sa sining ay nabibigyan din ng libreng pagsasanay sa Makiling, Laguna.

Bukod sa mga libreng pagsasanay at pag-aaral ang pamahalaan at paaralan ay nagtutulungan din upang higit na mapabuti at malinang ang mga talino at kakayahan ng mga kabataan. Ito ay sa pamamagitan ng mga timpalak o paligsahan. Magbibigay sila ng malalaking premyo upang higit na ipakita ng mga kabataang tulad mo ang kanilang husay, galing, talino sa iba't ibang larangan.

May mga paaralan din na nagdadaos ng mga paligsahan na dinadaluhan ng mga mag-aaral sa iba't ibang paaralan. Ginagawa nila ito sa tuwing ipinagdiriwang nila ang Linggo ng Asignatura. Isang halimbawa nito ay ang pagdiriwang ng Linggo ng Siyensya at Linggo ng Teknolohiya. Nagkakaroon sila ng mga *quizbee* at *interschool competiton* na binubuo ng mga mag-aaral mula sa iba't ibang paaralan.

Bukod sa mga paaralan at suporta ng mag-anak, may mga samahan din na tumutulong sa pagpapaunlad ng mga kakayahan ng mga kabataan. Ang mga ito ay tinatawag ng NGOs o *Non-government Organizations*. Ang mga NGOs ay itinatag ng mga pribadong mamamayan na gustong makatulong sa pag-unlad ng kabataan. Ilan sa mga ito ay tumutulong din sa pagtuturo sa mga kabataan kung paano mangangalaga sa kapaligiran.

Aralin 10 Ang mga Rehiyon ng Pilipinas: mga Rehiyon sa Visayas

一 课文 Testo[①]

Kanlurang Visayas Rehiyon VI

Ang Rehiyon ng Kanlurang Visayas ay may lawak na lupain na 20,223.2 sq. km. Binubuo ito ng anim na lalawigan. Alam mo ba kung ano ang mga lalawigang bumubuo sa rehiyon?

Katangiang Pisikal at Klima

Halos magkakatulad ang katangiang pisikal at klima ng mga lalawigan na bumubuo sa Rehiyon VI.

Malawak ang kapatagan sa rehiyon. May mayaman itong lambak at masaganang dagat. Mayroon ding mga burol, bundok, at mga ilog na dumadaan sa mga lalawigan, tulad ng Ilog ng Aklan, Jaro, Binalbagan, Simbalom, at Ilog ng Bago.

Mainam at katamtaman ang klima sa rehiyon. Hindi madalas daanan ng bagyo ang Rehiyon VI. Kung may bagyong dumaraan dito, ito ay nagmumula sa Samar at sumisira ng mga pananim, ari-arian, at buhay. Malakas ang buhos ng ulan sa hilagang bahagi mula Hunyo hanggang Nobyembre. Tag-init naman sa buwan ng Disyembre hanggang Mayo.

[①] *Pilipinas: Bayan Ko 4*, 第 155—178 页。

Mga Likas na Yaman, Industriya, Hanapbuhay, at Produkto

Mataba ang lupain sa rehiyon na angkop sa mga pananim na tubo at palay. Nangunguna ang rehiyon sa produksyon ng asukal at pumapangalawa naman sa produksyon ng palay sa bansa. Dahil mataba at mainam ang klima rito, pagsasaka ang pangunahing hanapbuhay dito. Ang mga kapatagan ng Panay ay nangunguna sa pagkakaroon ng malawak na taniman ng palay sa rehiyon. Isa itong nagtutustos ng bigas sa bansa.

Ang lalawigan ng Negros Occidental ay may malawak na pananim ng tubo. Dito matatagpuan ang Victoria Sugar Mills. Isa itong tagapagtustos ng asukal sa bansa. Maraming tao sa rehiyon ang nagtatrabaho sa industriya ng asukal. Ito ang dahilan kung kaya tinawag na Bangan ng Asukal sa Pilipinas ang Negros Occidental. Pinakamalakas mag-ani ito ng tubo sa buong rehiyon.

Bukod sa pagsasaka, pangingisda rin ang pangunahing ikinabubuhay ng mga taga-Kanlurang Visayas. Ang Estancia sa Iloilo ang may pinakamayamang palaisdaan sa rehiyon. Dito nagmumula ang maraming isda, hipon, alimango, at iba pang lamang-dagat na iniluluwas sa ibang bansa sa Asya.

Sagana rin ang rehiyon sa mga mineral na metal. Sa kabundukan ng Aklan at Antique nakapagmimina ang mga tao sa tanso. Tagapagtustos naman ng karbon sa buong bansa ang Antique.

Kilala rin ang Kanlurang Visayas sa paghahabi. Ang mga kababaihan sa Aklan at Iloilo ay kilala sa paghahabi ng jusi, pinya, at sinamay.

Tanyag naman ang pulo ng Guimaras sa matatamis na mangga. Dito isinasagawa ang Mango Festival.

Ang kagubatan naman ng rehiyon ay pinamumugaran ng mga usa, baboy-ramo, puting heron, at red-breasted robin.

Naaani rin sa rehiyon ang abaka, niyog, at mais. Maraming hayop

Aralin 10 Ang mga Rehiyon ng Pilipinas: mga Rehiyon sa Visayas

naman ang ipinapastol sa paanan ng bundok ng Capiz dahil sa malalagong damo.

Mamamayan

Ang mga taga-Kanlurang Visayas ay tinutukoy batay sa lugar na kanilang pinagmulan. Ang mga Ilonggo ay mga taga-Iloilo, ang mga Negrense ay taga-Negros, at ang mga Aklanon ay mga taga-Aklan. Ngunit tinatawag din na mga Ilonggo ang mga taga-kanlurang Visayas.

Ang diyalektong ginagamit ng mga Ilonggo ay Hiligaynon. Kilala ang mga Ilonggo sa pagiging palakaibigan, masayahin, at malalambing magsalita.

Mahilig sa mga kasayahan at pagdiriwang ang mga Ilonggo. Dinarayo rito ng maraming tao at mga turista ang kanilang masasaya at makukulay na kafyestahan. Bantog sa Lungsod ng Bacolod ang Maskara Festival, Ati-atihan sa Kalibo, Aklan, Dinagyang sa Iloilo, Halaran sa Capiz, at Binayran sa Antique. Napapaunlad ang industriya ng turismo sa rehiyon dahil sa mga pagdiriwang at mga kafyestahan.

Mga kilalang tao na nagmula sa rehiyon VI:

1. Jaime Cardinal Sin- dating Arsobispo ng Simbahang Katoliko
2. Franklin Drilon- Senador ng Pilipinas at Pangulo ng Senado
3. Manuel A. Roxas- Unang pangulo ng Ikatlong Republika
4. Graciano Lopez Jaena-Tanyag na propagandista at patnugot ng pahayagang *La Solidaridad*
5. Pura Villanueva Kalaw- Nabigyan ng karapatang bumoto ang mga kababaihan dahil sa kanyang pakikibaka.

Mga Natangiang Pook at Tanawin sa Rehiyon VI

Dinarayo ng maraming turista ang rehiyon dahil biniyayaan ito ng magagandang pook.

Bantog ang pulo ng Boracay sa Aklan dahil sa malaparaisong pulo, pinung-pino at mapuputing buhangin sa dalampasigan.

Maganda ring pasyalan ang tahimik na pulo ng Guimaras. Matatagpuan din dito ang magagandang beach tulad ng Bungkok Beach, Vilsico Beach Resort, at Enrico Beach Resort.

Tanyag din sa Guimaras ang Isla Naburot sa Jordan at ang Daliran Spring Cave sa Buenavista.

Sa Iloilo naman matatagpuan ang Miag-ao Church na may istilong Baroque.

Ang museo ng Iloilo ay madalas puntahan ng mga estudyante. Tampok dito ang kultura at mga bagay na bahagi ng kasaysayan sa rehiyon.

Ang lungsod ng Silay sa Negros Occidental ay kilala bilang "Paris de Negros" dahil dito makikita ang magagandang mga mansion.

Ang Rehiyon VII- Gitnang Visayas

Ang rehiyon ay may kabuuang sukat na 14951.5 kilometrong kwadrado. Binubuo ito ng apat na lalawigan.

Katangiang Pisikal at Klima

Pagmasdan ang mapa ng Rehiyon VII. Binubuo ito ng mga pulo. Pulong pahaba ang Cebu. Ang Bohol naman ay pulong pabilog. Maliit na pulo ang Siquijor na nasa gawing timog ng Bohol at Cebu.

Maburol at mabundok ang Gitnang Visayas sa kabuuan. Binubuo rin ito ng kapatagan, lambak, at mga baybayin. Nagsisilbing tirahan ng mga tao ang mga lambak at kapatagan sa rehiyon. Taniman din ito ng mga pananim.

Humahadlang sa ulan ang matataas na bundok sa rehiyon kaya hindi gaanong maulan sa rehiyong ito. Subalit dumarating ang pagkakataon na may malalakas na bagyo na dumaraan sa rehiyon na nakakaapekto sa mga kabuhayan at mga pananim.

Ang mga lalawigan sa rehiyon ay nakararanas ng tag-init mula Nobyembre hanggang Abril.

Sa buwan naman ng Mayo hanggang Oktubre nakararanas ng tag-ulan ang mga taga-rito.

Likas na Yaman, Industriya, Hanapbuhay, at Produkto

Ang lupang sakahan sa rehiyon ay maliit lamang ngunit sa pagsasaka nabubuhay ang mga tao rito. Mais, palay, tubo, niyog, abaka, tabako, maguey, at mga halamang-ugat ang itinatanim sa rehiyon.

Naliligid ng bahaging tubig ang Rehiyon VII o Gitnang Visayas kaya bukod sa pagsasaka, nabubuhay rin ang mga taga-Gitnang Visayas sa pamamagitan ng pangingisda.

Kilala ang Cebu bilang pinakamaunlad na lalawigan sa Gitnang Visayas at maging sa katimugan. Tinawag itong "Quezon City of the South" dahil maunlad ang kalakalan sa lalawigang ito. Sentro ito ng komersyo sa Katimugang Pilipinas. Maraming dayuhan ang nagtayo rito ng negosyo at kalakal.

Malaking tulong sa lalawigan ang Paliparang Pandaigdig ng Mactan sa Cebu.

Ang paliparang ito ay abala sa pagluluwas ng mga produktong dinadala sa ibang bansa.

Maraming industriyang pantahanan sa Rehiyon VII. Kilala sa

paggawa ng matitibay na banig ang Cebu, Bohol, at Negros Oriental. Tanyag naman ang Lungsod ng Tagbilaran sa Bohol sa paghahabi ng telang pinya at sinamay. Nakagagawa ng telang saguran mula sa hibla ng palma ang mga taga-Albuquerque.

Ipinagmamalaki naman ng mga taga-Cebu ang gawa nilang gitara, banduria, at ukelele. Mahalaga ring industriya sa Cebu ang paggawa ng sari-saring biskwit, pinatuyong mangga, at tuyong isda tulad ng danggit at iba pang pagkaing dagat.

Nag-aani rin ang Cebu ng malalaki at matatamis na mangga. Ang mga tinuyong mangga at hinog na mangga ay iniluluwas sa ibang bansa.

Bantog naman ang Bohol sa kanilang mga delicacies tulad ng peanut kisses, kalamay, polvoron, at iba pa. Mayaman din ang Bohol sa nipa na ginagawang bubong ng bahay.

Ang mga taga-Gitnang Visayas ay nakagagawa ng mga produktong mula sa mga lokal na materyales na nakukuha sa kanilang lugar tulad ng pamaypay, bag, placemat, at iba pa.

Nabibili naman sa Negros Oriental ang mga produktong woodcraft, ceramics, at shellcraft.

Matatagpuan sa rehiyon ang minahan ng apog, manganese, at tanso. May malaking minahan ng tanso sa Cebu na matatagpuan sa Lungsod ng Toledo. Mayroon ding langis na nagalugad sa Gitnang Visayas. Inaasahang marami pang langis ang matutuklasan sa darating na panahon upang makatulong sa pangangailangan ng bansa.

Mamamayan

Cebuano ang diyalektong ginagamit ng mga taga-Cebu, Bohol, at Siquijor. Sa lalawigan ng Negros Oriental ay mayroong gumagamit ng Cebuano, Ilonggo, at Tagalog.

Aralin 10 Ang mga Rehiyon ng Pilipinas: mga Rehiyon sa Visayas

Likas sa mga taga-Gitnang Visayas ang pagmamalaki at pagmamahal sa kanilang lahi. Sila'y magigiliw, masayahin, matapat, maaasahan, relihiyoso, at palakaibigan. Sa Cebu unang naging Kristiyano ang mga katutubo sa pangunguna ni Rajah Humabon at asawa niyang si Juana nang binyagan sila ng mga Español.

Sa Lungsod ng Tagbilaran, ang kabisera ng Bohol, naganap ang Sanduguan o *Blood Compact* nina Legaspi at Rajah Sikatuna. Ipinagmamalaki ito ng mga Boholano dahil sa kauna-unahang pagkakataon sa ating kasaysayan naganap ang pakikipagkaibigan ng mga Pilipino sa mga dayuhan. Kaya ang sinumang embahador na Pilipino sa ibang bansa na gumagawa ng kabutihan o kabayanihan ay pinagkakalooban ng Sikatuna Award dahil sa pangyayaring ito sa ating kasaysayan.

Relihiyoso ang mga Boholano. Sa lalawigan nagmumula ang maraming pari at madre o mga religious. Naging kaugalian ng mga Boholano na ialay ang kanilang anak sa Panginoon bilang mga relihiyoso upang maging pari o madre. Dahil dito, ang Lungsod ng Tagbilaran ay tinawag na "City of Religious". Sa lalawigan din makikita ang mga tricycle na may nakasulat na mga *passage* sa Bibliya. Tinawag itong *moving scriptures*.

Kilala naman ang lalawigan ng Siquijor dahil dito matatagpuan ang maraming mananambal o "folk-healer."

Dalawang naging pangulo ng bansa ang nagmula sa rehiyon. Si Carlos P. Garcia, ang pang-apat na pangulo ng Ikatlong Republika ng Pilipinas, ay nagmula sa Bohol. Si Sergio Osmena, Sr. ay nagmula naman sa Cebu, ang pangalawang pangulo ng Komonwelt.

Natatanging Pook at Pasyalan sa Rehiyon VII

Makasaysayan ang Cebu at Bohol. Sa Cebu makikita ang Krus

ni Magellan. Dito itinayo ni Magellan ang krus tanda ng simula ng Kritiyanismo sa Pilipinas.

Sa pulo ng Mactan, Cebu naganap ang Labanan sa Mactan. Buong giting na nakipaglaban si Lapu-Lapu at ang kanyang mga kasama sa mga tauhan ni Magellan. Namatay sa labanan si Magellan. Itinanghal na kauna-unahang bayani si Lapu-Lapu dahil sa pangyayaring ito sa ating kasaysayan.

Dinarayo ang Lungsod ng Cebu ng maraming turista tuwing buwan ng Enero sa kafyestahan ng Mahal na Santo Niño. Isinasagawa ng mga Cebuano ang makulay at masayang Sinulog Festival bilang parangal kay Santo Niño de Cebu, ang mahal na patron ng mga taga-Cebu.

Ang imahen ng Santo Niño de Cebu ay nakadambana sa Basilica Minore Del Santo Nino, ang dating Simbahan ng San Agustin. May taas na 30 cm ang imahen ng Sto. Niño. Ito ay ibinigay ni Magellan kay Rajah Humabon at kay Juana noong 1521.

Tanyag din sa Carmen, Bohol ang Chocolate Hills. Binubuo ito ng 1,268 na burol na kulay tsokolate kapag tag-araw.

Bukod sa tumpuk-tumpok na mga burol sa Bohol, tanyag din ito sa pinakamaliit na unggoy, na tinatawag na *tarsier*, na matatagpuan sa mga burol ng Corella.

Upang makumpleto ang pamamasyal sa Bohol, kailangan ding pasyalan ang Loboc River. Dito makikita ang kabigha-bighaning *"floating restaurant"* sa malinis na tubig ng ilog. Sa Bohol makikita ang simbahan ng Baclayon, ang pinakamatandang simbahang bato sa bansa.

Hindi rin pahuhuli ang Gitnang Visayas sa magaganda nitong mga beach resort na dinarayo ng mga turista tulad ng Panglao Beach sa Bohol at ang mga beach resort sa Pulo ng Mactan sa Cebu.

Dinarayo ng mga mag-aaral ang Silliman University. Isa ito sa pinakamatandang unibersidad sa Visayas na matatagpuan sa Lungsod ng Dumaguete sa Negros Oriental.

Ang Rehiyon VIII- Silangang Visayas

Napuntahan mo na ba ang mga lalawigan sa Silangang Visayas? Alin sa mga ito ang nais mong balikan? Bakit?

Anu-ano ang mga lalawigang bumubuo sa Rehiyon VIII? Pag-aralan ang mapa.

Ang Rehiyon VIII ay tinatawag na Silangang Visayas. Ang anim na lalawigang bumubuo rito ay matatagpuan sa dalawang malalaking pulo ng Samar at Leyte.

May kabuuang sukat na 21,431.7 kilometro kuwadrado ang Rehiyon VIII.

Katangiang Pisikal at Klima

Ang pulo ng Samar at Leyte ay hindi nagkakalayo sa isa't isa. Pinag-uugnay ito ng Tulay ng San Juanico ang pinakamahabang tulay sa Pilipinas at sa Timog Silangang Asya na itinayo sa kipot ng San Juanico. Ang kipot ng San Juanico ang pinakamaliit na kipot sa mundo.

Sa hilaga ng Silangang Visayas matatagpuan ang kipot ng San Bernardino, sa bandang timog ang Surigao del Norte at sa bahaging kanluran matatagpuan ang dagat Camotes.

Tingnan ang mapa ng Pilipinas, anong karagatan ang makikita sa bahaging silangan nito?

Magkapareho ang katangiang pisikal ng Samar at Leyte. Matatagpuan sa malapit sa baybay-dagat ang makikitid na kapatagan na karaniwang tirahan ng mga tao. Sa kabuuan maburol at mabundok ang Silangang Visayas.

Maulan sa buong taon at walang tiyak na tag-init sa rehiyon. Madalas itong daanan ng bagyong nabubuo sa Karagatang Pasipiko dahil sa kinalalagyan ng rehiyon na nakalantad sa katubigang ito.

Mga Likas na Yaman, Industriya, Hanapbuhay, at Produkto

Pagsasaka ang pangunahing hanap buhay sa Silangang Visayas. Nagtatanim ang mga tao rito ng palay, tubo, niyog, abaka, tabako, mais, at mga halamang-ugat.

Maraming yamang tubig ang nakukuha sa Leyte. Pangingisda ang ikinabubuhay ng mga tao rito bukod sa pagsasaka. Maraming isda ang nahuhuli sa Look ng Carigara, Golpo ng Leyte, at Dagat ng Samar.

Sa mayamang kagubatan ng rehiyon nakukuha ang magaganda at matibay na uri ng kahoy tulad ng nara, yakal, molave, tangile, guijo, at apitong. Isa sa pangunahing industriya sa Leyte ang pagtotroso ngunit pansamantala itong itinigil dahil sa malaking pagbaha na naganap noong 1991 sanhi ng pagkakalbo ng kagubatan sa lalawigang ito.

Nakukuha sa Samar ang mga mineral na metal tulad ng bakal, ginto, tanso, pilak, at mga mineral na di-metal tulad ng buhangin, graba, apog, at pyrites.

Ang Tacloban, Catarman, at Catbalogan ang sentro ng kalakalan sa Samar at Leyte. Mayroong daungan ng barko sa Tacloban, Catbalogan, at sa bayan ng Allen sa Hilagang Samar, na nagiging himpilan ng mga produktong iniluluwas at ipapasok sa rehiyon. Nangunguna sa mga produktong iniluluwas ang kopra, isda, mais, at marami pang iba.

Isa sa industriyang pantahanan na tanyag sa rehiyon ay ang paglala ng banig na gawa mula sa pandan, buri, ticug, at takay. Kinawiwilihan gawin ng mga kababaihan ang banig na may iba't ibang disenyo at kulay.

Aralin 10　Ang mga Rehiyon ng Pilipinas: mga Rehiyon sa Visayas

二　单词表　Talasalitaan

magkakatulad	相似
kapatagan	平原
katamtaman	宜人的
pananim	农作物
nangunguna	领先
pumapangalawa	排在第二
hanapbuhay	谋生手段
taniman ng palay	水稻田
bangan	仓库
iniluluwas	出口
nakapagmimina	挖矿
tagapagtustos	支持
isinasagawa	举行
pinamumugaran	巢穴
ipinapastol	放牧、驯养
malago	肥沃的
pinagmulan	发源地
malalambing	甜美（常指音韵）
pakikibaka	奋斗、努力
diyalekto	方言
malaparaisong	天堂般的
dalampasigan	海岸
pabilog	圆形的
pahaba	长形的
humahadlang	阻碍
naliligid	环绕

ukelele	一种弹拨乐器
apog	石灰岩，石灰
relihiyoso	虔诚的
palakaibigan	友好的
pangunguna	领导
binyagan	受洗礼
mananambal	巫医
parangal	尊敬
nakadambana	被奉为神圣
kabigha-bighani	有魅力的
daungan	港口、船坞
kipot	海峡
nakalantad	面对、暴露
halamang-ugat	根茎植物
pangkat-etniko	民族
dalubhasa	专家
kampana	钟
maaasahan	可以依靠
sa kabuuan	总的来说
pagtotroso	伐木

三　注释　Tala

1. 词根 daan 作为动词，表示途经、路过之意。主动态常用 dumaan，例如"ang mga ilog na dumadaan sa mga lalawigan"中的 dumaan 表示"流经"。与此对应的被动态是 daanan，例如"Hindi madalas daanan ng bagyo ang Rehiyon VI"中的 daanan 表示"（被）途经"。madalas 作为副词修饰不定式形态的 daanan。当副词前置时，副

Aralin 10　Ang mga Rehiyon ng Pilipinas: mga Rehiyon sa Visayas

词与不定式动词之间的连接结构 na 可省略，而 -ng 的连接结构仍不可省略。例如 "masarap magtampisaw" "madalas puntahan" "malalambing magsalita"。

2. 形容词通过添加词缀可以表达更为丰富的用法，比如 palakaibigan（友好的），其中 pala- 表示 "习惯于"；masayahin（乐天的），其中 ma-in 表示 "具有……的性质"；malaparaiso（天堂般的），其中 mala- 表示 "接近的、类似的"。

3. malalaki at matatamis na manga 意为 "各种又大又甜的芒果"，注意形容词并列时，只有离被修饰名词最近的那个形容词与名词之间使用连接结构。

四　练习　Pangkasanayan

1. **Buuin ang pangungusap pag gamitin ang sumusunod na mga salita o parirala.**

   (1) ipagmalaki

   (2) makasaysayan na lugar

   (3) magtustos

   (4) humadlang

   (5) may lawak na

2. **Sagutin ang mga sumusunod na tanong.**

   (1) Anu-ano ang mga grupo ng tao sa Rehiyon ng Visayas? Ano ang kanilang mga katangian?

   (2) Ipakilala ang mga likas na yamang mineral na binabanggit sa testo.

   (3) Ilang bahagi ang bumubuo ng Visayas? Ano ang tawag ng mga bahagi?

3. Isalin ang mga pangungusap sa wikang Filipino.

（1）纺织业是西比萨扬人首要的生活来源。

（2）这座山草木繁盛。但由于形成于太平洋的强台风经过，摧毁了庄稼和收成，动物便不再来这里吃草，山谷也不再作为人们的耕地。

（3）中比萨扬地区被赋予了丰富的水资源，这里人们靠渔业为生，并以繁荣的贸易为傲。

（4）宿务人为他们美丽的沙滩而自豪。除了旅游业，他们制作的芒果干和鱼干作为出口产品，也对生计有很大的帮助。

（5）结束一天劳作后，东比萨扬人开心地举办舞会。歌声舞蹈传递出他们对生活的热爱。

五 课后阅读 Pagbabasa sa Gawain Bahay

Mamamayan

　　Waray ang tawag sa pangkat-etnikong naninirahan sa Samar at Leyte. Waray din ang nangungunang diyalektong ginagamit sa rehiyon. May mga gumagamit din ng diyalektong Cebuano sa Biliran, Leyte, at Southern Leyte.

　　Mahilig sa kasayahan, musika, at sayaw ang mga Waray. Nagsasaya sila pagkatapos ng maghapong paggawa. Nakagawian na nila na magsaya tulad ng mga sayawan sa mga baryo at bayan tuwing fyesta, kasalan, binyagan, at kaarawan ng miyembro ng pamilya. Hindi magiging ganap ang kasayahan kung walang inuman. Pangunahing inuman ang tuba o bahalina na mula sa bulaklak ng niyog. Alam mo ba kung paano kinukuha sa puno ng niyog ang tuba?

　　Tanyag na awitin sa Silangang Visayas ang "Waray-Waray." Ipinapahiwatig ng awitin ang angking katapangan ng mga Waray.

Sa rehiyon nagmula ang dating Unang Ginang Imelda Romualdez Marcos, si Norberto Romualdez na kilalang dalubhasa sa batas, at ang bayani ng Leyte na si Sumoroy.

May iba ka pa bang kilalang mamamayan na ipinagmamalaki sa rehiyon?

Mga Natatanging Pook at Pasyalan sa Rehiyon VIII

Makasaysayan ang pulo ng Homonhon, ang bayan ng Balangiga at ang Golpo ng Leyte.

Unang dumaong si Magellan sa pulo ng Homonhon noong Marso 16, 1521.

Sa bayan ng Balangiga naganap ang hindi makalilimutang madugong masaker noong panahon ng mga Amerikano. Ang dalawang kampana mula sa simbahan na nagbigay hudyat sa paglusob ng mga mamamayan sa kampo ng mga sundalong Amerikano ay nasa bansang Amerika hanggang ngayon. Ang pamahalaan sa pamamagitan ng *Historical Commission* ay gumagawa ng paraan upang maibalik sa bansa ang naturang kampana.

Sa Golpo ng Leyte naganap ang paglunsad ni Hen. Douglas MacArthur at ng kanyang hukbo noong Oktubre 20, 1944 sa panahon ng Ikalawang Digmaang Pandaigdig. Ang pagbalik na ito ay bilang pagtupad sa kanyang pangakong *"I shall return."*

Ang lugar na nilunsaran ng hukbo ni Hen. MacArthur ay tinawag ngayon Red Beach. Dito makikita ang mga bronze na bantayog nina MacArthur, Pangulong Sergio Osmena Sr., Gen. Carlos P. Romulo, at apat pang kasama sa dalampasigan.

Sa Simbahan ng Santo Niño sa Tacloban nakadambana ang milagrosang imahen ng Sto. Niño na gawa sa ivory. Ito ang patron ng

Tacloban at buong lalawigan ng Leyte.

Ang Sto. Niño ay tinawag ng mga taga-Leyte na "Kapitan." Nawala ito noong 1889 sa dagat at naibalik pagkalipas ng limang buwan. Ayon sa mga mamamayan dito, ang mga bayan sa Leyte ay dumanas ng sakit na *Cholera* habang hindi pa nakikita ang imahen at nawala lamang ang epidemya nang maibalik ang imahen.

Kakaibang tanawin din ang Tulay ng San Juanico na itinayo sa ibabaw ng kipot ng San Juanico dahil sa hugis nitong letrang S. Ang Tulay ng San Juanico o Marcos Bridge ang pinakamahabang tulay sa bansa at sa Timog Silangang Asya.

Tanyag naman ang Sohoton National Park na malapit sa Tacloban. Dito matatagpuan ang Kweba ng Sohoton na pinupuntahan ng mga tao.

Dinarayo rin ng mga mag-aaral ang University of Eastern Philippines sa Catarmen, Northern Samar. Sentro ito ng edukasyon sa Samar. Maganda ang kinalalagyan ng pamantasang ito, dahil sa likod nito ay makikita ang bundok at sa di kalayuan ay makikita naman ang tanyag na White Beach.

Hindi pahuhuli sa ganda ng lugar ang pulo ng Biri sa Hilagang Samar. Kaakit-akit dito ang Talisay Beach na mayroong mga malahiganteng bato na nakahilera sa bungad ng dagat. Masarap mag-tampisaw sa mga *natural rock swimming pool* dito.

Aralin 11　Ang mga Rehiyon ng Pilipinas: mga Rehiyon sa Mindanao (I)

一　课文　Testo[①]

Karaniwang makikita sa dagat Mindanao ang makukulay na *vinta* na naglalayag sa katubigan nito. Kahali-halinang pagmasdan ang makukulay nitong layag kapag nagkakasama-sama itong pumapalaot sa dagat.

Kaygandang pagmasdan kapag tama ang pagsasama-sama ng mga kulay. Kaakit-akit ang ating paligid dahil lahat ng hugis at bagay ay nagtataglay ng kulay.

Ang kulay ay maaaring pangunahing kulay, pangalawang kulay, o pangatlong kulay.

Paano nabubuo ang pangalawang kulay at pangatlong kulay? Alam mo ba ang mga kulay na bumubuo sa pangunahin, pangalawa, at pangatlong kulay?

Zamboanga Peninsula Rehiyon IX

Sa bisa ng Executive Order No. 36, s. 2001 ang Rehiyon IX na dating Kanlurang Mindanao ay ginawang Zamboanga Peninsula.

Anu-anong lalawigan ang bumubuo dito?

---

① *Pilipinas: Bayan Ko 4*, 第 179—219 页。

Mga Lalawigan	Kabisera	Lungsod
1. Zamboanga del Norte 2. Zamboanga del Sur 3. Zamboanga Sibugay	1. Dipolog 2. Pagadian 3. Ipil	1. Dapitan City 2. Dipolog City 3. Pagadian City 4. Zamboanga City

Katangiang Pisikal at Klima

Ang Zamboanga del Norte ay matatagpuan sa hilagang-kanluran ng Mindanao. Sa hilaga at kanluran nito ay ang Dagat Sulu, sa silangan ay ang Misamis Occidental at sa bahaging timog ang Zamboanga del Sur at Zamboanga Sibugay. Ang lalawigan ay binubuo ng matataas na lugar at bulubundukin.

Ang lalawigan ng Zamboanga del Sur ay tinawag na Munting *Hong Kong* ng Pilipinas. Alam mo ba kung bakit? Sa hilagang bahagi ng lalawigan ay makikita ang Zamboanga del Norte, sa hilagang-silangan ang Lanao del Sur, at Zamboanga Sibugay sa kanluran at ang Golpo ng Moro sa bahaging timog. Ang Zamboanga del Sur ay dating tinawag na Sibugay. Binago ang pangalan nito at pinaghiwalay noong taong 2001 dahil naging ganap na lalawigan ang ikatlong distrito na tinawag na Zamboanga Sibugay sa bisa ng Executive Order No. 36. Ang lalawigan ng Basilan na kabilang dati sa Rehiyon IX ay isinama sa ARMM.

Isang tangway ang Zamboanga kaya katangi-tangi ang lokasyon nito. Binubuo ito ng matataas na anyong lupa, kagubatan, at kabundukan na bumubuo sa halos kalahati ng buong rehiyon. Mayroon ding mga kapatagan na matatagpuan sa tabing-dagat.

Ang rehiyon ay nakararanas ng katamtamang klima. Bihira itong daanan ng bagyo dahil ang Rehiyon IX ay nasa labas ng *typhoon belt*.

Aralin 11 Ang mga Rehiyon ng Pilipinas: mga Rehiyon sa Mindanao (I)

Likas na Yaman, Industriya, Hanapbuhay, at mga Produkto

Mapalad ang mga taga-Zamboanga Peninsula sa pagkakaroon ng malawak na kagubatan. Pinagkukunan ito ng troso at mga produktong gubat.

Ang mineral na metal na namimina sa rehiyon ay bakal at manganese. Mayaman din ang rehiyon sa mga di-metal na mineral, tulad ng bato, graba, at buhangin.

Niyog ang pangunahing nakukuha sa rehiyon. Sagana rin ito sa abaka, palay, mais, at tubo.

Sa Zamboanga de Sur matatagpuan ang malaking pataniman ng goma.

Alam mo ba kung saan ginagamit ang goma?

Dinarayo naman ang Lungsod ng Zamboanga dahil may malalawak itong taniman ng magaganda at kakaibang orkid.

Kilala rin ang Zamboanga sa mga panindang galing sa Indonesia at malalapit na bansa sa Timog Silangang Asya.

Nangungunang produktong dagat na iniluluwas sa ibang bansa ang kabibe, ulang, at agar-agar. Natikman mo na ba ang mga pagkaing ito?

Hindi rin pahuhuli ang rehiyon sa iba't ibang prutas na tiyak dito lang matatagpuan, tulad ng marang, durian, mangosteen, at juani na isang uri ng mangga.

Mamamayan

Kabilang sa mamamayan ng Kanlurang Mindanao o Zamboanga Peninsula ay mga Subanon, Tausug, Maguindanaon, at Yakan kaya sa rehiyong ito matatagpuan ang lipunang may iba't ibang kultura, kaugalian, at tradisyon.

Chavacano ang karaniwang diyalekto sa rehiyon. May mga nagsasalita rin ng Cebuano at Subanon sa Zamboanga del Norte, Zamboanga del Sur, at Zamboanga Sibugay. Sa ibang bahagi ng Zamboanga Sibugay ay mga gumagamit ng iba pang diyalekto tulad ng Bicol, Samal, Tausug, Hiligaynon, at Badjao.

Ang kilalang mamamayan ng rehiyon ay sina Cesar Climaco na nakilala sa makatang pamumuno bilang alkalde ng Lungsod ng Zamboanga, si Pascual Martinez ang nagtatag ng Dipolog, at si Jacobo Amatong isang kilalang manunulat para sa demokrasya at hustisya.

Mga Natatanging Pook at Pasyalan sa Rehiyon

Makasaysayan ang Lungsod ng Dapitan sa Zamboanga del Norte, dahil matatagpuan dito ang Rizal Shrine na dating tirahan ni Jose Rizal, nang siya ay ipinatapon ng mga Español sa Dapitan noong 1892 hanggang 1896.

Nakatutulong ang industriya ng turismo sa kabuhayan ng mga taga-Rehiyon IX. Dinarayo ito ng mga lokal at banyagang turista dahil sa magaganda nitong pook. Ipinagmamalaki ng Zamboanga del Norte ang Dakak Beach Resort dahil sa maganda nitong kapaligiran at mapuputing buhangin.

Ilan pa sa dinarayo ay ang Pasonanca Park na madalas gamitin na kampo ng mga Boy Scout at Girl Scout. Matatagpuan sa parke ang sari-sari at makukulay na bulaklak at bahay sa itaas ng puno. Kabilang din sa magandang pasyalan ang Sunken Garden, magagandang mosque, at ang mga beach resort. Bantog din sa Zamboanga ang Barter Trade Market. Nakabibili rito ng mga produktong galing sa kalapit na bansa sa Asya.

Aralin 11 Ang mga Rehiyon ng Pilipinas: mga Rehiyon sa Mindanao (I)

Rehiyong X Hilagang Mindanao

Ang Rehiyong X ay binubuo ng limang lalawigan at walong lungsod.

Mga Lalawigan	Kabisera	Lungsod
1. Bukidnon	1. Malaybalay	1. Malaybalay
2. Camiguin	2. Mambajao	2. Valencia
3. Misamis Occidental	3. Oroquieta	3. Oroquieta
4. Misamis Oriental	4. Cagayan de Oro	4. Tangub
5. Lanao del Norte	5. Iligan	5. Ozamis
		6. Cagayan de Oro
		7. Gingoog
		8. Iligan

Katangiang Pisikal at Klima

Ang rehiyon ay binubuo ng loobang kapatagan, malalawak na talampas, mga bulubundukin, at makikitid na baybayin. Bulubundukin ang pinakamalaking bahagi ng rehiyon. Mayroon din itong lupang sakahan at makapal na kagubatan na matatagpuan sa Misamis Occidental at Misamis Oriental. May bulkan na matatagpuan sa Pulo ng Camiguin.

Ang talampas ng Bukidnon ay katatagpuan ng malalawak na taniman ng pinya ng Del Monte Philippines. Angkop din na pastulan ng baka ang talampas dito dahil sa malalagong damo.

Ang rehiyong ay may pinakamagandang klima. Katamtaman ang distribusyon ng ulan sa buong taon at hindi mahaba ang tag-init.

Mula Hunyo hanggang Nobyembre ay nakararanas ang rehiyon ng mainit na maulan na panahon. Bahagya namang maulan na mainit mula sa Disyembre hanggang Mayo.

Paminsan-minsan ding nakararanas ng masamang panahon ang rehiyon, dahil sa lahat ng rehiyon sa Mindanao, ito ang pinakamalapit sa daanan ng bagyo.

Likas na Yaman, Industriya, Hanapbuhay, at mga Produkto

Ang malawak na kapatagan at talampas sa Bukidnon ay angkop na pansakahan ng rehiyon. Palay, niyog, mais, abaka, kape, saging, at pinya ang pangunahing pananim dito.

Angkop din ang pagtatanim ng repolyo, kamatis, at sibuyas dahil sa malamig na klima ng lugar. Sa Bukidnon matatagpuan ang malaking pagawaan ng Del Monte, Philippines. Isinasalata rito ang pinya at iba pang katulad na produkto at iniluluwas ang mga ito sa iba't ibang bansa.

Matatagpuan din sa rehiyon ang mga pastulan ng baka. Malaking bahagi ng karneng baka at gatas ng baka na kailangan ng bansa ay nagmumula rito.

Sa pulo ng Camiguin nagmumula ang matatamis na lanzones at saging na iniluluwas sa ibang lugar.

Nakakakuha naman ng troso at ibang mga produktong-gubat sa makakapal na kagubatan ng Misamis Occidental at Misamis Oriental. Matatagpuan sa mga lalawigang ito ang mga mineral na nickel, ginto, bakal, apog, chromite, manganese, at luwad.

Sa Misamis Oriental matatagpuan ang Philippine Sinter Corporation. Ito ay isang kompanya na nagsasagawa ng mga pangunahing sangkap sa paggawa ng mga produktong bakal na iniluluwas sa ibang bansa.

Maunlad din ang industriya ng paggawa ng papel sa rehiyon bukod sa pagsasaka, pagmimina, at pag-aalaga ng mga hayop.

Aralin 11 Ang mga Rehiyon ng Pilipinas: mga Rehiyon sa Mindanao (I)

Mamamayan

Iba't ibang katutubo ng rehiyon ang naninirahan sa Hilagang Mindanao tulad ng mga Bagobo, Tinuray, Manobo, Bukidnon, at mga Higaonon. May malaking populasyon dito ng mga Tagalog, Cebuano, Ilonggo, at mga Waray.

Wikang Cebuano ang karaniwang ginagamit sa Rehiyon X. May mga gumagamit din ng diyalektong Binukid sa Bukidnon; Waray, Kinamiguin, at Hiligaynon sa Camiguin; Boholano sa Misamis Occidental; at Maranao sa Misamis Oriental.

Pinapahalagahan ng mga taga-Hilagang Mindanao ang pamanang kultural at naisasalin ito sa mga susunod na henerasyon.

Likas sa kanila ang pagiging masayahin, magiliw, matapat at palakaibigan.

Tanyag ang Hilagang Mindanao sa mga makukulay na pagdiriwang. Kabilang sa mga pagdiriwang ay ang Kaamulan Festival na idinaraos sa Bukidnon. Makukulay at magagarang kasuotan sa pagdiriwang ang makikita na karaniwang isinusuot ng iba't ibang tribo.

Isinasagawa naman ng mga taga-Camiguin ang kafyestahan ng lanzones tuwing huling linggo ng Oktubre. Nilalagyan ng palamuting lanzones ang katawan ng mga kabilang sa parada. Nagkakaroon ng prusisyon sa buong isla.

Ang Mardi-Gras naman ay isinasagawa ng mga taga-Cagayan de Oro tuwing huling linggo ng Agosto bilang pasasalamat.

Tunay na mahilig sa kasayahan ang mga taga-Hilagang Mindanao.

Napuntahan mo na ba ang isa sa mga pagdiriwang na ito?

Mga Natatanging Pook sa Rehiyon X

Dinarayo sa rehiyon ang Pulo ng Camiguin dahil sa magagandang tanawin na makikita rito. Dito matatagpuan ang pitong aktibong bulkan. Isa rito ang bulkang Hibok-hibok na sumabog noong 1951. Kabilang din ang Bulcan Daan (Old Camiguin Volcano), Mt. Tipoong, Mt. Mambajao, Mt. Tres Marias, at Guinsiliban Peak.

Tanyag din sa pulo ang Katibawasan Falls na may taas na 50 metro. Maraming mga turista ang naliligo rito dahil fresko ang tubig lalo na sa umaga at dapit hapon.

Kilala rin ang Ardent Spring sa pulo. Mainit-init ang tubig dito. Sinasabi ng mga naliligo rito na nagpapaginhawa ito sa katawan.

Sa pulo ng Camiguin idinaraos ang Lanzones Festival tuwing buwan ng Oktubre. Binabalik-balikan ito ng mga turista dahil tahimik at payapa ang lugar. "Come Again" ang ibig ipakahulugan ng pangalang Camiguin.

Tanyag din sa Cagayan de Oro ang *Malasag Tourist Point o Malasag Eco-Tourism* dahil sa maganda nitong paligid at kalikasan.

Kayganda ring pagmasdan ang halos walang katapusang hilerang puno ng pinya na matatagpuan sa *Del Monte Pineapple Plantation* sa talampas ng Bukidnon. Ang plantasyon ng pinya ay may sukat na 90 kilometrong kwadrado. Isa itong pinakamalawak na taniman ng pinya sa buong mundo.

Tanyag din sa Iligan, Lanao de Norte ang Talon ng Maria Cristina. Ipinagmamalaki ito ng mga taga-Lanao del Norte dahil malaki ang tulong nito sa kabuhayan ng mga taga rito. Pinagkukunan ito ng elektrisidad na tumutustos sa Mindanao.

Aralin 11 Ang mga Rehiyon ng Pilipinas: mga Rehiyon sa Mindanao (I)

Rehiyon XI Rehiyon ng Davao

Mga Lalawigan	Kabisera	Lungsod
1. Compostela Valley	1. Nabunturan	1. Tagum City
2. Davao	2. Tagum	2. Davao City
3. Davao del Sur	3. Digos	3. Panabo City
4. Davao Oriental	4. Mati	4. Island Garden City of Samal
		5. Digos City

Tingnan ang mapa at banggitin ang mga lalawigan na bumubuo rito.

Ang Rehiyon XI ay binubuo ng apat na lalawigan at limang lungsod. Itinuturing na pangsiyam na pinakamalaking lungsod sa buong daigdig ang Lungsod ng Davao ayon sa lawak. Sentro ito ng pang-edukasyon at pangkabuhayan sa buong rehiyon.

Katangiang Pisikal at Klima

Ang Rehiyon ng Davao ay binubuo ng malalawak at mayamang sakahan, kabundukan, kagubatan, talampas, kapatagan, at mga look. Mayroon ding mga ilog na matatagpuan sa rehiyon. Mahaba ang mga hanay ng bulubundukin dito.

Tampok dito ang pinakamataas na bundok sa bansa, ang Mt. Apo.

Ang malawak na kagubatan at kabundukan sa Davao Oriental ay angkop sa pagtotroso. Malawak din ang lupang agrikultural na sagana sa mga pananim.

Matatagpuan din sa Davao Oriental ang mahabang baybayin.

Mainam ang klima sa buong rehiyon. Bahagya lamang ang init dito at hindi naman lubos na malamig dahil maiksi lamang ang panahon ng tag-init. Sagana sa ulan ang mga lalawigan dito.

Likas na Yaman, Industriya, Hanapbuhay, at mga Produkto

Ang lalawigan ng Davao Oriental ay may malawak na palayan. Tinawag itong "Rice Granary" ng Davao. Bukod sa palay, malaking bahagi rin ng mga bangus ang nagmumula sa Banaybanay.

Pangunahing produkto sa rehiyon ang mais, gulay, palay, saging, niyog, abaka, at mga prutas, tulad ng matatamis na suha, dalandan, bayabas, mangga, at papaya. Saging ang pangunahing produktong iniluluwas sa ibang bansa. Sa Davao matatagpuan ang kakaibang prutas na nagtataglay ng kakaibang amoy at linamnam. Ito ang durian na tinaguriang "Hari ng Prutas sa Pilipinas." Dito rin nanggagaling ang prutas na marang at mangosteen.

Kilala ang Davao del Norte na pangunahing prodyuser ng mais at palay sa bansa. Kilala rin ito sa mga produktong soybean, sorghum, at kasoy. Ang iba pang produkto na iniluluwas ay goma, kape, ramie, tubo, paminta, tabla, at mga kasangkapang pantahanan at pantanggapan.

Nangunguna rin sa industriya ng pagmimina ng ginto ang Davao del Norte. Mayroong malalaking kompanya ng minahan na nasa lugar na ito.

Kilala naman ang Davao del Sur sa mga produktong niyog tulad ng langis, suka mula sa tuba, at matamis na nata de coco na galing sa niyog.

Pinagkakakitaan din ng rehiyon ang pag-aalaga ng mga orkid. Dito nagmumula ang bulaklak na Waling-waling na tinatawag na "Reyna ng mga Dapo." Iniluluwas ito sa ibang bansa.

Mayaman din ang rehiyon sa mga punungkahoy na pinanggagalingan ng troso. Kabilang dito ang nara, mayapis, apitong, at lawaan. Tinigil ang pagpuputol ng mga puno sa rehiyon upang maiwasan ang pagbaha tuwing may malakas na ulan.

Aralin 11 Ang mga Rehiyon ng Pilipinas: mga Rehiyon sa Mindanao (I)

Mamamayan

Ang mga mamamayan na naninirahan sa Rehiyon ng Davao ay binubuo ng Tausog, Samal, Maguindanao, at mga Calaganes. Sila ay mga pangkat ng Muslim na matatagpuan sa rehiyon. Kilala sila bilang mamamayang masisipag, masayahin, at mapagmahal sa katahimikan at kapayapaan.

Nakatira sa kabundukan ang iba't ibang tribong kultural. Kabilang dito ang mga Bagobo, Mandaya, Bilaan, T'boli, Manobo, at Mansaka. Mailap sila sa mga hindi kakilala ngunit sila'y palakaibigan at likas na mababait.

Marami rin ang mga Kristiyanong naninirahan sa Davao.

May kakilala ka bang natatatanging mamamayan ng Rehiyon ng Davao? Sinu-sino sila?

Mga Natatanging Pook sa Rehiyon XI

Madalas dayuhin ang Rehiyong Davao dahil sentro ito ng kaunlaran sa Mindanao.

Palaging inaakyat ng mga mahilig umakyat sa bundok ang tanyag na Bundok Apo at Mt. Apo National Park. Pag-akyat sa bundok ay madadaanan ang virgin rainforest na may malalaking puno ng mahogany. Makikita rin dito ang maliliit na mga ibong falconet, Mt. Apo mynah, mga alibangbang, ferns, mosses, carnivorous pitcher plants, at mga orkid.

Tanyag sa mga turistang banyaga at lokal ang Pearl Farm Beach Resort sa Davao del Norte dahil sa pambihira nitong kinalalagyan na dating pearl farm. Dito, ang buhay na mga oyster mula sa Jolo ay dinala upang ang perlas sa loob nito ay mapalaki at maparami.

Ang pearl farm ay natigil noong 1980 at sa halip ginawa itong napakagandang beach resort na nagbukas noong 1992.

基础菲律宾语（第三册）

Matatagpuan din sa rehiyon ang magagandang mga pulo, mga beach resort, mga talon, mga kweba, at iba pang likas na tanawin na umaakit sa mga turista upang bumalik.

二　单词表　Talasalitaan

kahali-halina	吸引人的
graba	砾石
paninda	货物
ulang	龙虾
agar-agar	洋菜
marang	面包果
mangosteen	山竹
diyalekto	方言
bantog	著名的
repolyo	卷心菜
chromite	铬铁矿
luwad	黏土
palakaibigan	热情的
lanzones	龙宫果
fresko	清新的（也作 presko）
suha	柚子
bayabas	番石榴
linamnam	好吃
sorghum	高粱
kasoy	腰果
ramie	苎麻
waling-waling	一种兰花

Aralin 11　Ang mga Rehiyon ng Pilipinas: mga Rehiyon sa Mindanao (I)

apitong	一种用作木材的树
lawaan	一种用作木材的树
mahogany	桃花心木、红木的一种
kweba	山洞
naglalagusan	穿过
bataw	青豆
muwebles	家具
malong	一种裙子
pangangalap	收集
panghuhuli	狩猎
pagkiskis	摩擦

三　注释　Tala

1. kaakit-akit, kahali-halina, katangi-tangi, mainit-init 都是表示强调的形容词形式。

2. kayganda 来自于 kay ganda 形容词强调级的用法，文中合为一词用作为修饰语。

3. pangsiyam 一词通常应按照语流音变拼作 pansiyam，但今天日常使用中，pang-、mang- 词缀后加词根的音变拼写经常不严格按规范执行。

4. 动词词缀 pag-an (han) 通常以动作的接受者作为主语，例如 pagkunan 即所取材料的来源作为主语，故由此引申可作名词来翻译，比如 "Pinagkukunan ito ng troso at mga produktong gubat"，"Punungkahoy na pinanggagalingan ng torso"，"Pinagkakakitaan din ng rehiyon ang" 等句中的 pinagkukunan（pinanggagalingan）和 pinagkakakitaan 都可译作 "来源" 和 "赚钱方式"。

基础菲律宾语（第三册）

四 练习 Pangkasanayan

1. Buuin ang pangungusap pag gamitin ang sumusunod na mga salita o parirala.

(1) dagsa

(2) tulad ng

(3) isagawa

(4) sa pagitan ng

(5) pangunahin

2. Sagutin ang mga sumusunod na tanong.

(1) Anu-ano ang mga kilalang bundok sa Mindanao at anu-ano ang mga katangian?

(2) Ipakilala ang mga yamang dagat na binabanggit sa testo.

(3) Ilang lahing katutubo sa Mindanao? Anu-ano ang tawag at natatanging kultura nila?

3. Isalin ang mga pangungusap sa wikang Filipino.

（1）布基农人有 90 平方公里的菠萝种植园。菠萝是他们首要的作物。

（2）A 地区由内陆平原和群山组成，这里有着宽广繁茂的森林，气候宜人、雨量充沛，适合发展伐木业和种植业。

（3）北哥达巴托有大片的橡胶园，世界上所需的橡胶有很大一部分来自这里。

（4）菲律宾各个地区有不同的风俗，后代将传承这些文化遗产。在从外国人手里争取国家自由的战斗中，菲律宾人显示出了

Aralin 11　Ang mga Rehiyon ng Pilipinas: mga Rehiyon sa Mindanao (I)

他们的勇气。

（5）生活在北棉兰老地区的人们会举行多彩的节庆与游行。

（6）东达沃省有着漫长的海滩，广阔的稻田，美丽的自然环境是游客们流连忘返的原因。

（7）家庭与办公室中使用的家具都取材于树木。

五　课后阅读　Pagbabasa sa Gawain Bahay

Rehiyon XII Rehiyon ng SOCSKSARGEN

　　Sa bisa ng Executive Order Blg. 36, ang Rehiyon XII na dating tinawag na Gitnang Mindanao ay nareorganisa at tinatawag na ngayong Rehiyon ng SOCSKSARGEN. Binubuo ito ng apat na lalawigan at limang lungsod.

Mga Lalawigan	Kabisera	Lungsod
1. North Cotabato	1. Kidapawan	1. Kidapawan City
2. Saranggani	2. Alabel	2. Koronadal City
3. South Cotabato	3. Koronadal	3. General Santos
4. Sultan Kudarat	4. Isulan	4. Tacurong City
		5. Cotabato City

Tunghayan sa mapa ang mga lalawigang bumubuo sa rehiyon.

Katangiang Pisikal at Klima

　　Ang Rehiyon ng SOCSKSARGEN ay binubuo ng mga burol sa kanlurang bahagi, malalawak na kapatagan sa gitnang bahagi, at matataas na bundok sa bahaging timog. Sa kapatagan sa bahagi ng Cotabato ay naglalagusan ang mga anyong tubig. Dito dumadaan ang tanyag na Ilog

Rio Grande ng Cotabato, ang pinakamalaking ilog sa bansa. Ang lambak ng Cotabato ang isa sa malalaking lambak sa Pilipinas. Sa pagitan ng Sultan Kundarat at Maguindanao makikita ang Lawa ng Buluan. Ang mahabang baybayin ng Golpo ng Moro ay matatagpuan naman sa dakong kanluran ng Sultan Kudarat.

Sa gawing timog matatagpuan naman ang Pulo ng Saranggani.

Ang rehiyon ay biniyayaan ng magandang uri ng klima. Mayroong sapat na ulan sa buong taon. Mahalumigmig ang panahon dito. Ang matataas na bundok ang sumasangga sa malalakas na bagyo kaya halos walang bagyo na dumaraan dito.

Mayaman ang anyong lupa at mga anyong tubig sa rehiyon. Dito nanggagaling ang malaking pangangalingan ng mga tao.

Likas na Yaman, Industriya, Hanapbuhay, at mga Produkto

Ang matabang lupa at masaganang ulan na tinatanggap ng rehiyon ay biyaya sa mga magsasaka. Pagsasaka ang pangunahing hanapbuhay dito. Sa Cotabato matatagpuan ang malawak na taniman ng palay. Maraming palay ang naaani rito. Tinagurian itong Palabigasan ng Mindanao o *Rice Bowl* ng Mindanao dahil sa malaking produksyon ng palay. Bukod sa palay, malaki ring bahagdan ng tubo at mais ang naaani sa lalawigang ito.

Angkop din sa pagtatanim ang malamig na klima sa rehiyon tulad ng repolyo, patatas, bataw, at iba pang mga gulay. Bukod sa mga pananim na nabubuhay sa malamig na klima, umaani rin ang rehiyon ng mga produktong pang-agrikultura tulad ng kape, saging, mani, abaka, tabako, pinya, at ramie. Itinatanim naman ang niyog sa mga baybay-dagat.

Tulad ng Bukidnon, tanyag din ang Timog Cotabato sa pagkakaroon ng malawak na taniman ng pinya na matatagpuan sa Polomolok. Ito ang Dole Philippines na nagsasalata ng mga produktong pinya at iba pang

Aralin 11 Ang mga Rehiyon ng Pilipinas: mga Rehiyon sa Mindanao (I)

mga produktong kauri nito.

Ang rehiyon ay mayaman sa tanso at luwad na nakukuha sa mga bundok. Ang mga mineral na ito ay ginagamit sa mga industriyang pantahanan.

Maraming materyales ang nakukuha sa mga gubat at bundok. Ilan sa mga nagagawa rito ay mga handicraft at muwebles. Ang mga ito ay ginagawa sa mga pagawaan sa rehiyon at iniluluwas na sa ibang bansa.

Tagapagluwas din ang North Cotabato ng goma. May malawak itong taniman ng goma. Dito matatagpuan ang Firestone Rubber Plantation.

Pinagkakakitaan din ang ilan sa mga industriyang pantahanan tulad ng paggawa ng malong, paghahabi ng tela, paggawa ng banig, paggawa ng alahas, at paggawa ng mga kagamitang galing sa tanso.

Hinahangaan ang kanilang mga gawa dahil nagpapakita ang mga ito ng kanilang pagkamakasining.

Pangingisda ang pinagkakakitaan ng mga taong nakatira malapit sa mga lawa, ilog, golpo, at Saranggani Bay. Ang Lungsod ng General Santos ay bagsakan ng tone-toneladang isdang tuna. Tinagurian itong *"Tuna Capital of the Philippines."*

Mamamayan

Ang rehiyon ay kinabibilangan ng mga Muslim at mga Kristiyanong Pilipino na naninirahan na sa lugar. Marami rin ang nanggaling sa iba't ibang rehiyon.

Maraming minoryang kultural o mga tribo ang nakatira rin sa rehiyon. Ang mga Manobo ay matatagpuan sa mga bundok na nasa bahaging hilaga ng Ilog Padada at matataas na lugar ng Kidapawan, Magpet, at Timog Cotabato. Nabubuhay sila sa pamamagitan ng pangangaso, panghuhuli ng isda sa mga ilog, at pagtatanim sa matataas na lugar sa pamamagitan ng pagkakaingin.

Ang mga T'boli ay matatagpuan sa matataas na lugar ng Timog Cotabato. Makukulay na damit at maraming mga palamuti ang makikita sa kanilang katawan. Magaling silang maghabi ng telang yari sa abaka na may makukulay na kulay ang kanilang mga hinabi sa pamamagitan ng tie-dyed method.

Matatagpuan sa mga kagubatan ang mga Tasaday. Nabubuhay sila sa pamamagitan ng pangangalap ng mga halamang-ugat, prutas, at panghuhuli. Matutulis na bato ang kanilang mga kasangkapan sa pangangaso. Matulis na kawayan ang ginagamit nilang kutsilyo. Nakagagawa sila ng apoy sa pamamagitan ng pagkiskis ng dalawang tuyong kawayan o bato.

Ang iba pang tribong kultural sa rehiyon ay kinabibilangan ng mga B'laan na naninirahan sa kabundukan ng bahaging kanluran ng Cotabato.

Ang bawat tribo ay may sariling wika. Ang wikang ginagamit nila ay batay rin sa pangalan ng kanilang tribo.

Pangunahing diyalektong ginagamit sa rehiyon ang Cebuano, Ilonggo, at Maguindanaoan.

Kilala sa Sultan Kudarat ang matapang na bayani na si Sultan Kudarat. Ipinamalas niya ang katapangan sa mga Español nang siya'y lumaban upang maging malaya ang mga Pilipino sa kamay ng mga dayuhan. Ang lalawigan ay ipinangalan sa kanya dahil sa kanyang kabayanihan.

Natatanging Pook sa Rehiyon XII

Dinadagsa ng mga tao ang ilog sa Lungsod ng Cotabato tuwing kafyestahan ng Mahal na Birhen ng Peñafranciad dahil ipinuprusisyon dito ang mahal na imahen.

Aralin 11   Ang mga Rehiyon ng Pilipinas: mga Rehiyon sa Mindanao (I)

Iba pang Natatanging Pook sa Rehiyon

South Cotabato: Talon ng Lumabat, Lumakot Water Falls, Matamos Falls, Lake Sebu, Lake Maughan, at Mt. Matutum.

Saranggani: Magagandang kapaligiran tulad ng mga bundok, dalampasigan, kapatagan, at mayamang katubigan.

Sultan Kudarat: Sultan Kudarat Monument, Butuan Lake, Talon ng Midpandan, Columbia Hot Spring, Pulo ng Alidama, Kweba ng Pitot, Sinsiman Hot Spring, at Margues Hot Spring.

North Cotabato: Kweba ng Posan, Pikit Fort, MIT Amphitheater and Museum, Firestone Rubber Plantation, at Flortam Hot Spring.

Aralin 12　Ang mga Rehiyon ng Pilipinas: mga Rehiyon sa Mindanao (II)

一　课文　Testo[①]

Rehiyon XIII CARAGA Administrative Region

　　Ang Rehiyong CARAGA ay itinatag sa bisa ng Republic Act 7901 noong Febrero 23, 1995. Ang CARAGA ay pangalan ng isang malaking lupain sa Hilagang-Silangang Mindanao noong unang panahon. Ang CARAGA ay isang enkomyenda noon batay sa mga nakalap na dokumento ng kasaysayan.

　　Tinangka ng mga Español na gawin itong Kristiyano, ngunit hindi nagtagumpay ang grupo. Tinawag nila itong CARAGA mula sa salitang Calagon na ayon sa mga Español ay lupain ng matatapang na tao.

　　Tunghayan ang mapa at ituro ang mga lalawigang bumubuo nito.

Mga Lalawigan	Kabisera	Lungsod
1. Agusan Del Norte	1. Butuan	1. Butuan
2. Agusan Del Sur	2. Prosperidad	2. Surigao City
3. Surigao Del Norte	3. Surigao	3. Siargao City
4. Surigao Del Sur	4. Tandag	4. Bislig City
5. Dinagat Island		
6. Siargao Island		

[①]　*Pilipinas: Bayan Ko 4*, 第 199—219 页.

Aralin 12 Ang mga Rehiyon ng Pilipinas: mga Rehiyon sa Mindanao (II)

Katangiang Pisikal at Klima

Ang hangganan ng rehiyon ay nakabungad sa Dagat Pacific sa silangang bahagi, sa timog ay ang iba pang lalawigan ng Mindanao, sa kanluran ay ang lalawigan ng Bukidnon at Misamis Oriental, at sa hilaga ang kipot ng Surigao.

Ang rehiyon ay may malawak na lupain. Binubuo ito ng lupang-sakahan at kagubatan. Sakop din ng CARAGA ang maliliit at magagandang pulo na kinabibilangan ng Pulo ng Siargao at Pulo ng Dinagat. Sa mga pulong ito matatagpuan ang mapuputi at pinong buhangin sa dalampasigan.

Sa Agusan makikita ang Ilog Agusan na kailangan ng lugar upang hindi matuyo ang makikitid na kapatagan ng lalawigan.

Ang rehiyon ay nakararanas ng madalas na pag-ulan. Walang tiyak na tag-init sa mga lalawigang sakop ng CARAGA. Nakatutulong ang madalas na pag-ulan upang manatiling mataba ang lupain sa rehiyon at sa pagpapaunlad ng pagsasaka rito.

Likas na Yaman, Industriya, Hanapbuhay, at mga Produkto

Pinagkakakitaan ng mga taga-rehiyong CARAGA ang pagsasaka sa matatabang lupa sa malawak na kapatagan, pangingisda sa mga pulo ng Siargao at Dinagat, pagmimina sa Surigao at pagtotroso sa kakahuyan at kabundukan sa Agusan. Mayroon ding nabubuhay sa pamamagitan ng paghahayupan.

Tanyag ang pulo ng Siargao at Dinagat sa Surigao del Norte sa maraming tuna na nahuhuli sa katubigan dito kaya tinawag itong *"Tuna Belt"* ng Pilipinas. Dito rin nakakakuha ng malalaki at matatabang sugpo.

Pangunahing produktong naaani sa kapatagan ang palay, gulay, saging, kape, mais, at niyog. Matatagpuan sa rehiyon ang isa sa pinakamalawak na taniman ng niyog sa Pilipinas.

Ang Surigao ay tinawag na "Nickel Deposit of the World." Maraming deposito ng tanso ang nakukuha rito. Bukod sa tanso, mayaman din ito sa ginto at bakal. Kilala ang Surigao na may pinakamaraming deposito ng bakal sa daigdig na matatagpuan sa Tugas Point.

Malawak ang kakahuyan sa Agusan kaya tinawag itong *"Timber City"* ng Pilipinas. Ang mga trosong nakukuha rito ay ginagawang muwebles at ginagamit sa paggawa ng bahay at sa iba pang kasangkapan sa loob nito. Maraming pagawaan ng papel at lawanit ang matatagpuan dito.

Bukod sa bakal, tanso, ginto, at nickel may ilan pang metal na namimina sa rehiyon, tulad ng chromite, copper, lead, aluminum, at manganese. Ang uling, marmol, buhangin, graba, at apog ay mga mineral na di-metal na mayaman din sa rehiyon.

Ang industriya naman ng paghahayupan ay tanyag sa kapatagan ng rehiyon. Ilan sa mga ito ay ang pag-aalaga ng baka, kambing, manok, bibe, at pabo.

Kilala rin ang Surigao dahil ang *"World's Largest Deuterium Deposit"* na natagpuan sa Philippine Deep Sea (35,400 ft) ay malapit dito. Ang deuterium ay isang panghalili sa langis at itinuturing na "fuel of the centuries."

Mamamayan

Ang mga naunang mamamayan sa Rehiyong CARAGA ay nagmula sa lungsod ng Surigao, Butuan, Tandag, at Ginaguit. Mas higit na nakararami ang bilang ng mga Kristiyano sa rehiyon kumpara sa mga Muslim at iba pang relihiyon.

Cebuano ang nangungunang diyalekto ng mga tao sa rehiyon, bukod

Aralin 12 Ang mga Rehiyon ng Pilipinas: mga Rehiyon sa Mindanao (II)

sa Butuanon na karaniwang ginagamit ng mga taga-Butuan. Ginagamit din ng mga taga-Agusan del Sur ang Banuaon, Hiligaynon, at Kamayo.

Palakaibigan, magiliw, at matapat ang mga taga-CARAGA. Mahilig din sila sa kasayahan at mga pagdiriwang. Ipinagmamalaki nila ang makulay na kultura ng rehiyon.

Mga natatanging mamamayan ng rehiyon ang sumusunod:

Gerardo Minggoy Domingo— Maibigin sa musika. Itinatag niya ang Minggoy Blue Band.

Scout Jose Arjona Jr.— Sinagip niya ang kasama niyang scout na nalulunod sa Ilog ng Mahogany.

Jose Consing Aquino— Nagpatayo ng paaralan para sa kabataang mahihirap ngunit matatalino.

Mga Natatanging Pook sa CARAGA

Pinauunlad ang industriya ng turismo sa rehiyon. Tanyag ang Lawa ng Mainit sa Surigao Del Norte. Dinarayo ito at hinahangaan ng mga turista.

Makikita rin sa Pulo ng Bucas Grande ang Kweba ng Suhoton, ang magagandang dalampasigan ng Heneral Luna at Magpupungko sa Pulo ng Surigao, at ang Pulu-Pulong Bato sa Pulo ng Dinagat.

Ang Pulo ng Dinagat at Siargao ay pinupuntahan ng mga bakasyunistang mahilig sa isport ng surfing.

Matatagpuan naman sa Lungsod ng Butuan ang isang museo na kinapapalooban ng mga bagay na nagpapatibay ng unang pagdaong ng mga Español sa lugar, tulad ng nahukay na labi ng balanghai na sinakyan ng mga Español.

Sa Agusan del Sur makikita ang Agusan Marsh at ang mga nakatira ritong mga Manobo. Ang Dayoasan Floating Barangay ay makikita naman sa Surigao del Norte at ang Turtle Island sa Surigao del Sur.

Ipinagmamalaki naman ng mga taga-Agusan del Sur ang Underground Stream at ang puno ng Toog, na itinuturing na pinakamalaking puno sa bansa, na matatagpuan sa Prosperidad.

Ang Rehiyon ng ARMM Autonomous Region in Muslim Mindanao

Ang Rehiyon ng ARMM ay binuo sa bisa ng espesyal na Batas E.O. Blg. 429. Tinanggap ang kagustuhan ng mga tao na magtatag ng isang Autonomous Region sa Muslim Mindanao batay sa resulta ng isinagawang plebesito noong Nobyembre 19, 1989. Ang pagkakatatag ng ARMM ay hakbang tungo sa pagtupad sa kasunduan sa Tripoli ng pamahalaan ng Pilipinas at ng Moro National Liberation Front noong Disyembre 23, 1976. Ayon sa kasunduan, palalawakin ang ARMM sa 14 na lalawigan at 9 na lungsod na tatawaging "Zone of Peace and Development."

Sa kasalukuyan ang Rehiyon ARMM ay binubuo ng limang lalawigan at isang lungsod matapos itong mareorganisa alinsunod sa Artikulo II at Seksyon I ng Republic Act Blg. 9054, s. 2003.

Tingnan ang mapa ng rehiyon at ituro ang mga lalawigan na bumubuo nito.

Mga Lalawigan	Kabisera	Lungsod
1. Lanao del Sur	1. Marawi City	1. Marawi City
2. Maguindanao	2. Sultan Kudarat	
3. Sulu	3. Jolo	
4. Tawi-Tawi	4. Bongao	
5. Basilan	5. Isabela	

Aralin 12 Ang mga Rehiyon ng Pilipinas: mga Rehiyon sa Mindanao (II)

Katangiang Pisikal at Klima

Tumingin sa mapa, saang direksyon sa Mindanao makikita ang Lanao del Sur at Maguindanao? Anong mga lalawigan ang napahiwalay sa Lanao del Sur at Maguindanao.

Ang pulo ng Basilan, Sulu, at Tawi-Tawi ay isang arkipelago. Binubuo ito ng pulu-pulutong na maliliit na mga pulo sa bahaging timog-kanluran ng Mindanao. Ang lalawigan ng Lanao de Sur at Maguindanao ay magkatabi sa dakong hilagang kanluran.

Ang rehiyon ay binubuo ng kapatagan, mga pulo, at mga dalampasigan. Kapuluan ang Basilan, Sulu, at Tawi-Tawi. Naliligid ang mga ito ng katubigan.

Malawak ang kapatagan na matatagpuan sa Lanao del Sur at Maguindanao. Kilalang-kilala ang Lawa ng Lanao na matatagpuan sa Lanao del Sur na hugis paa.

Katamtaman ang klima sa rehiyon. Ligtas ito sa mga bagyong dumaraan sa Pilipinas.

Likas na Yaman, Industriya, Hanapbuhay, at mga Produkto

Pangunahing ikinabubuhay ng mga taga-Sulu at Tawi-Tawi ang pangingisda dahil sa lokasyon ng kanilang lugar na naliligid ng katubigan. Palipat-lipat sila sa iba't ibang lugar na gamit ang bangka upang manisid ng perlas.

Umaani rin ang mga mangingisda sa Sulu at Tawi-Tawi ng damong-dagat o seaweeds. Ginagawa itong gulaman dahil mayaman ito sa *iodine* na kailangan ng ating katawan.

Nabubuhay naman sa pagsasaka ang mga taga-Maguindanao, Lanao del Sur, at Basilan. Pangunahing produkto ang palay, mais, niyog, saging, abaka, at durian. Samantalang sa Basilan, naani ang kape, black pepper,

African palm oil, at dagta ng mga punong goma.

Pinagkakakitaan ang industriya ng paghahabi sa Basilan at sa Marawi. Ang mga hinabing tela ay naipagbibili sa mga lokal at dayuhang pamilihan.

Sa Maguindanao matatagpuan ang mga gumagawa ng sasakyang dagat. Samantala, sa Lanao del Sur kilala ang industriya sa paggawa ng brassware na may kakaibang istilo at disenyo.

Mayroon ding mga pabrika ng iba't ibang industriya. Ang mga pabrika ng arina, kamoteng-kahoy, mais, at iba pang mga butil ay nasa Lanao del Sur. Iniluluwas ito sa Kalakhang Maynila bilang pandagdag sa pangangailangan sa pagkain.

Mayroon ding pagawaan ng malong, alahas, kagamitang yari sa tanso, banig, at mga tela sa rehiyon. Nakatutulong ang mga ito sa pag-unlad ng rehiyon.

Pinupuntahan din ng mga tao ang barter trade dito.

Nakapangingisda rin ang mga taong nakatira sa gilid ng Lawa ng Lanao at sa Look ng Illana.

Mamamayan

Binubuo ang rehiyon ng mga Muslim. Ilang pangkat lamang ng pangkat Kristiyano at pamayanang tribal ang naninirahan sa ARMM.

Ang mga mamamayan ng ARMM ay may natatanging kaugalian, kultura, kabihasnan, at kasaysayan.

Mayaman sa kultura, tradisyon, at kaugalian ang mga Muslim.

Sinusunod nila ang mga batas na nasasaad sa Koran, ang kanilang banal na aklat. Ang batas ng Muslim ay tinatawag Sharia at Adat.

Ang mga Muslim ay nag-aayuno tuwing Ramadan. Iniiwasan nilang gumawa ng masama at mag-isip ng masama pagsapit ng panahong ito.

Aralin 12 Ang mga Rehiyon ng Pilipinas: mga Rehiyon saMindanao (II)

Tungkulin nilang magdasal sa mga Mosque at dumalaw sa Mecca, ang banal na lugar ng mga Muslim.

Mataas ang respeto ng mga Muslim sa kanilang mga pook sambahan. Iniiwan nila ang kanilang saplot sa paa sa labas ng pintuan kapag papasok sila sa mga Mosque at magdarasal.

Malikhain at makasining ang mga Muslim. Makikita sa kanilang mga kagamitan ang mga disenyong okir na tela, mga hugis dahon, mga bilog, mga debuhong nakaiskrol, at mga mahahabang letrang S na may iba't ibang matitingkad na kulay.

Karaniwang mga instrumentong pinagamit nila sa musika ang kulintang, gong, pluta, kudyapi, at mga patpat.

Malong ang karaniwang makikitang kasuotan ng mga babaeng Muslim. Nagsusuot din sila ng sarong at blusa. Ang mga kalalakihan naman ay nagsusuot ng maluluwang na pantalon at damit na mahahaba ang manggas at may turban o kap sa ulo.

A. mga diyalektong ginagamit sa mga lalawigan ng Rehiyong ARMM:

Lanao del Sur—Maranao

Maguindanao—Cebuano at Maranao

Basilan—Chavacano, Yakan, Cebuano, Samal, at Tausug

Sulu—Chavacano, Samal, Cebuano, at Tausug

Tawi-Tawi—Tausug, Malay, at Samal

B. Mga natatanging mamamayan ng rehiyon:

1. **Datu Udasan, Datu Alamada, at Datu-ali**–tumangging panghimasukan ng mga dayuhan ang lugar na kanilang kinabibilangan.

2. **Taal Masdal Hashim**–"Father of Elementary Education" sa Tawi-Tawi.

3. **Sinsuat Balabaaran**–matapat na naglingkod sa kanyang mga

kababayan bilang isang senador noong 1931.

Mga Natatanging Pook sa ARMM

Tanyag ang sumusunod na mga lugar sa rehiyon:

1. **Lanao del Sur**–Lawa ng Lanao, Aga Khan Museum, mga lumang gusali ng Torogan at Sambitory, Bagang Beach sa lungsod ng Marawi, MSU Golf Course, Dansalan Handicraft Building, at marami pang iba.

2. **Maguindanao**–Rio Grande de Mindanao, Takumi Butai Memorial Shrine, Our Lady of Lourdes Grotto, Timako Hill, at marami pang iba.

3. **Basilan**–Santa Isabel Cathedral, Kaum Pumah Mosque at Muslim Village sa Isabela, Calavario Peak, Tabiawan, at Talon ng Busay.

4. **Sulu**–American Cavalry Monument, Maubo Beach, Tandu Beach, Tulya Mosque, Walled City, Pearl Farm, at Pulo ng Marugas.

5. **Tawi-Tawi**–mga bahay na nakatayo sa dagat, Gusong Reef, Bongao Peak, Pulo ng Musa, The Royal Kupungan, Tubig Indangan, at marami pang iba.

二　单词表　Talasalitaan

sugpo	虾
uling	木炭
marmol	大理石
bibe	鸭子
pabo	火鸡
plebesito	全民投票
palalawakin	扩展
alinsunod sa	依据
dagta	文中指橡胶树白色汁液

Aralin 12　Ang mga Rehiyon ng Pilipinas: mga Rehiyon sa Mindanao (II)

arina　　　　　　　面粉
nag-aayuno　　　　斋戒
saplot　　　　　　 脏衣服
debuho　　　　　　设计
kudyapi　　　　　　七弦琴
patpat　　　　　　 棍子
hangarin　　　　　 愿望
nakasalalay　　　　取决于

三　注释　Tala

1. kinabibilangan 用动词词缀 ka-an，表示 A 被计算在 B 内，类似的 kinapapalooban 是使 A 被包括在 B 内，其中受动物作主语，例如 "isang museo na kinapapalooban ng mga bagay" 主语是先行词 museo，即博物馆收藏了某物品。

2. Mas higit na nakarami ang bilang ng mga Kristiyano sa rehiyon kumpara sa mga Muslim at iba pang relihiyon 句中 (ma)higit 作为副词，表示"超过"，mas 表示"更加"，连用表示强调的比较级，kumpara sa 表示"与谁相比"。单用 mas 或 (ma)higit 都可表示比较级"更"，例如 "mas nakarami" 和 "higit na nakarami"。

3. pagsapit ng panahong ito 意为"在这个时期到来后"。Pagsapit 是 pagkatapos ng pagsapit 之意，pag- 词缀在表示时间时，表示的是"某事之后"。

4. ang malawak ng taniman ng pinya 中 malawak 是形容词性的名词成分，表示"宽阔的（土地）"，动词、形容词经常会转作为名词成分用在句子中，表示具有该种性质或进行某个动作的人或物。

四 练习 Pangkasanayan

1. **Sulatan ng wastong sagot ang mga patlang ayon sa ibinigay na palatandaan ng salitang ugat.**

    (1) Uunlad ang isang rehiyon kung ang lahat ng mga mamamayan ay _____ (isa) at _____ (tulong).

    (2) Kailangang magtulungan ang mga rehiyon upang matugunan ang lahat ng _____ (kailangan).

    (3) Maaaring _____ (luwas) sa ibang bansa ang mga produktong gawa sa iba't ibang rehiyon.

    (4) Ang _____ (kasaysayan) mga pook sa rehiyon ay dapat pangalagaan upang hindi masira.

    (5) _____ (tulong) sa kabuhayan ng pamilya at buong rehiyon ang pagiging masipag at matiyaga sa paghahanapbuhay.

2. **Sagutin ang mga sumusunod na tanong.**

    (1) Ano ang mga katangiang pisikal at klima sa Hilagang Mindanao?

    (2) Anong uri ng likas na yaman ang pinakamakilala sa iyong probinsya?

    (3) Paano makatutulong ang Talon ng Maria Cristina sa mga taga-Mindanao?

    (4) Paano nabubuhay ang mga Badjao sa Sulu?

    (5) Paano makatutulong sa rehiyon at pagpapabuti sa mga gawang produkto ang mga mamamayan?

Aralin 12   Ang mga Rehiyon ng Pilipinas: mga Rehiyon saMindanao (II)

3. Pagsusulat

   Sa probinsya mo, ano ang pinakatanyag na lugar sa buong bansa? Ano ang klima at katangian ng lugar na ito?

4. Isalin ang mga pangungusap sa wikang Filipino.

   （1）这片区域由广大的耕地和森林组成。这里经常下雨，丰富的降雨有助于畜牧业的发展，因此这里被誉为"牛羊之都"。

   （2）菲律宾人以他们历史上的杰出人物为傲。

   （3）在博物馆，人们可以看到被挖掘出的过去曾住在这里的马诺波人的痕迹。

   （4）苏禄群岛被水体包围，免受台风侵扰。苏禄人首要的生活来源是渔业和采珠业。

   （5）马拉维妇女编织的布匹有不同的风格和设计。

   （6）菲律宾穆斯林有丰富文化、悠长历史和独特文明，他们遵循古兰经所述的法律。

   （7）一个地区或一个国家的发展有赖于那些具有必备素质的公民。

五 课后阅读 Pagbabasa sa Gawain Bahay

Pag-aasahan ng mga Rehiyon at ang Pambansang Kaunlaran

   Walang taong nabubuhay nang nag-iisa lang sa lugar. Mahalaga ang mamamayan sa isang rehiyon. Ang isang rehiyon ay hindi uunlad kung walang mamamayan na tutulong upang mapaunlad ito.

   Ang mga mamamayan ay dapat magtaglay ng mga katangiang kailangan sa pagpapatatag ng isang rehiyon at pambansang kaunlaran, tulad ng mamamayang may malusog na isipan at katawan, may edukasyon, may taglay na kasanayan, may hanapbuhay, may disiplina, at may hangaring umunlad sa buhay. Ang mga pangangailangang ito ay tinutugunan ng pamahalaan at ng sentrong panrehiyon ng labing-anim na rehiyon sa pamamagitan ng mga proyektong pangkaunlaran ng bansa.

Ang pangangailangan ng bawat rehiyon ay mahirap matugunan ng sariling rehiyon lamang. Kaya mahalaga ang pakikipagtulungan ng bawat rehiyon sa isa't isa. Paglilingkod-pangkalakalan ang kailangan sa pamamagitan ng pagpapalitan ng mga produkto.

Tinutugunan ng bawat rehiyon ang pagpapaunlad at pagpapabuti sa kalidad ng mga produktong tanyag sa lugar, upang magpatuloy ang kalakalan at makapagbigay hanapbuhay sa mga tao. Umaasenso ang rehiyong patuloy na namamahagi ng mga kalakal. Ang pangangailangan ng ibang rehiyon ay natutugunan sa ganitong paraan.

Nakasalalay sa pangkalahatang kalagayan ng bawat rehiyon ang pag-unlad ng ekonomiya ng bansa. Kapag maunlad ang kabuhayan sa mga rehiyon tiyak na maunlad din ang kabuhayan ng bansa.

Tandaan

Ang Mindanao ay binubuo ng anim na rehiyon. Ang mga ito ay ang Rehiyon IX-Zamboanga Peninsula, Rehiyon X-Hilagang Mindanao, Rehiyon XI-Rehiyon ng Davao, Rehiyon XII-SOCSKSARGEN, Rehiyon XIII-CARAGA, at Autonomous Region in Muslim Mindanao.

Tinawag na "Munting Hong Kong ng Pilipinas" ang Zamboanga del Sur.

Sa Bukidnon matatagpuan ang malawak ng taniman ng pinya na pag-aari ng Del Monte Philippines.

Bantog ang pulo ng Camiguin sa matatamis na lanzones. Dito isinasagawa ang Lanzones Festival sa huling linggo ng Oktubre.

Ang tanyag na Talon ng Maria Cristina ay matatagpuan sa Lanao del Norte. Pinagkukunan ito ng kuryente na tumutustos sa Mindanao.

Ang Bundok Apo ay matatagpuan sa Davao. Ito ang pinakamataas

Aralin 12 Ang mga Rehiyon ng Pilipinas: mga Rehiyon sa Mindanao (II)

na bundok sa bansa.

Sa Davao matatagpuan ang prutas na tinaguriang "Hari ng mga prutas sa Pilipinas," ang Durian.

Tinawag na "Reyna ng mga Dapo" ang waling-waling na matatagpuan sa Davao.

Tinaguriang "Rice Bowl ng Mindanao" ang Cotabato.

Si Sultan Kudarat ang matapang na bayani sa lalawigan ng Sultan Kudarat.

Ang CARAGA Administrative Region ay itinatag sa bisa ng Republic Act 7901 noong Febrero 23, 1995.

Tanyag ang pulo ng Siargao at Dinagat sa mga mahilig sa surfing.

Natuklasan sa Surigao ang malaking deposito ng deuterium na makukuha sa ilalim ng dagat.

Ang rehiyon ng ARMM ay binuo sa bisa ng espesyal na batas E.O. Blg. 429.

Nag-aasahan at nagtutulungan ang mga rehiyon sa pamamagitan ng pagpapalitan ng mga produkto, kalakal, at pangunahing pangangailangan ng mga mamamayan.

Ang pag-unlad ng kabuhayan ng bawat rehiyon ay kasunod din ng pag-unlad ng bansa.

Aralin 13   Paano Makatutulong o Makahahadlang sa Pag-unlad ng Pamumuhay ang mga Ugaling Nagpapakilala sa Ating Pagka-Pilipino

一   Testo   课文 ①

Likas sa ating mga ninuno ang magagandang katangiang ipinagkakapuri ng lahat. Ang mga katangiang ito ay dapat nating taglayin kahit saan tayo magpunta.

Pagiging Malikhain

Ang mga Pilipino ay malikhain. Makikita ito sa mga likha ng mga tanyag na pintor at alagad ng sining. May mga Pilipinong nakalilikha ng mga bagay na maaaring pagkakitaan mula sa mga bagay na mura lamang o patapon na. Karamihan sa mga ginagawa nila ay ang mga palamuti sa bahay o tanggapan. Ang iba naman ay proyekto ng mga bata sa paaralan. Kung Pasko ay nakagagawa sila ng mga parol at iba pang palamuti na yari sa diyaryo, plastik, lata, at marami pang iba.

Isa sa mga Pilipinong kilala dahil sa kanyang pagkamalikhain ay si Rene Vidal. Siya ay nakagagawa ng mga produktong yari sa mga patapong bagay. Gumagamit siya ng mga lumot, bunot, maliit na sanga

---

① *Pilipinas: Bayan Ko 3*, 第 136—144 页。

Aralin 13 Paano Makatutulong o Makahahadlang sa Pag-unlad ng Pamumuhay ang mga Ugaling Nagpapakilala sa Ating Pagka-Pilipino

ng kahoy, at mga pinong ugat. Mayroon din tayong inventor ng mga kagamitang umaandar sa pamamagitan ng init na nagmumula sa araw.

Pagiging Matiyaga at Masipag

Ang mga Pilipino ay kilala sa pagiging matiyaga at masipag. Isang patunay ng katangiang ito ay ang Hagdan-hagdang Palayan o payo sa Banawe, Ifugao na itinayo ng ating mga ninuno daang taon na ang nakararaan. Kamay at simpleng kagamitan lang ang kanilang ginamit sa pag-ukit ng hagdang palayan. Dahil sa tiyaga at sipag nakagawa sila ng isang tanawing hanggng sa ngayon ay patuloy na hinahangaan ng maraming tao sa buong daigdig.

Isa pang patunay sa mga katangiang ito ay ang industriya ng mga gawang-kamay na produkto tulad ng mga binurdahang barong, mga ginantsilyong kurtina, mga pininturahang kamiseta, mga inukit na kagamitan mula sa kahoy, mga palamuting yari sa niyog, kapis, at iba pang materyales na galing sa dagat, paglalala ng banig, basket, sumbrero, at marami pang iba. Ang mga ito ay pinagkakakitaan nang malaki ng mga Pilipino lalo na kung maraming turista ang namamasyal sa mga lalawigan. Ang mga kabataan ay mahilig magsuot ng mga beads na kuwintas, hikaw, at pulseras kayat ang mga matiyagang magtuloy ng mga butil na ito ay kumikita rin nang malaki.

Pagiging Masayahin

Isa pa sa kinikilalang katangian ng mga Pilipino ay ang pagiging masayahin. Makikita ito sa pagiging mahiligin sa musika at sayaw. Sinasabing kahit na sa oras ng pagsamba at problema ay nagagawa pa ring ngumiti at magpatawa ang mga Pilipino.

Noong unang panahon, pagkatapos ng gawain sa bukid, ang mga

Pilipino ay nagkakaroon ng awitan at sayawan. Ipinagdiriwang nila sa pamamagitan ng sayawan ang isang okasyon o matagumpay na gawain. Ang pagiging masayahin ay isang katangiang dapat taglayin ng isang tao. Ito ay nakababawas ng hirap at nakapagpapagaan ng kalooban. May kasabihan din na ang pagsasaya ay isang mahusay na gamot sa karamdaman.

Pagiging Makapamilya

Ang pagiging makapamilya ay isa ring katangian ng mga Pilipino. Nagsimula ito noong unang panahon kung saan ang mga barangay ay binubuo ng mga pamilya at kaanak. Sama-sama silang naninirahan sa isang tribu o barangay. Pinangangalagaan nila ang bawat miyembro ng pamilya. Ang ugaling ito ay nagsalin-salin hanggang sa kasalukuyang panahon. Marami sa mga pamilyang Pilipino ang sama-samang nakatira sa iisang bahay kasama ang tiyo, tiya, lolo, at lola.

Kakambal naman ng pagiging makapamilya ang sobrang pagsandal o pagiging pala-asa sa pamilya. Dahil sa kagustuhan ng mga magulang na palaging malapit sa kanila ang kanilang mga anak, may mga pagkakataong ayaw nilang magsarili ang kanilang mga anak kahit na ang mga ito ay mayroon nang sariling pamilya. Nagiging hadlang din ito sa pag-unlad sa dahilang may mga miyembro ng pamilya na umaasa na lang sa magulang o kapatid para sa kanilang pangangailangan. Hindi sila natututong tumayo sa sariling paa dahil alam nilang hindi sila pababayaan ng pamilya.

Ikaw nais mo bang maging pabigat sa iyong pamilya?

Ang mga nabanggit na mga saloobin ng mga Pilipino ay ang siyang naging batayan upang maging maunlad at bumuti ang pamumuhay ng mga Pilipino. Sa kabila nito ay mayroon ding mga hindi magagandang

Aralin 13 Paano Makatutulong o Makahahadlang sa Pag-unlad ng Pamumuhay ang mga Ugaling Nagpapakilala sa Ating Pagka-Pilipino

kaugalian na minana ang mga Pilipino sa mga ninuno. Ang mga ito ay hindi dapat ipagpatuloy o taglayin dahil ang mga ito'y nakahahadlang sa pag-unlad.

Pagiging Maramdamin o Sensitibo

Ang mga Pilipino ay maramdamin o sensitibo. Bagamat masayahin at palabiro, karamihan sa ating mga kababayan ay madaling masaktan. Ito ay nagiging isang hadlang upang magkaroon ng hindi magandang samahan ang mga tao. Sa isang gawain, ang magbigay ng mga perang makatutulong sa ikabubuti ng lahat ay hindi dapat damdamin, subalit may mga taong likas na madaling masaktan. Ito ang dahilan kung bakit ang mga samahan ay hindi nagtatagal-dahil sa hindi magandang usapan ng mga empleyadong sobra ang pagiging maramdamin.

Paniniwala sa mga Pamahiin

Ang ating mga ninuno ay salat pa sa mga kaalaman sa agham, kung kayat ang mga pangyayari sa kanilang buhay, mabuti man o masama, ay binibigyan nila ng dahilan o paliwanag sa pamamagitan ng mga naunang pangyayari. Dito nagsimula ang mahigpit nilang paniniwala sa mga pamahiin. Sa panahon ngayon ang mga ito ay hadlang sa pagsulong ng bawat tao. Hindi nila magawa ang nais nila, dahil sa maling paniniwala sa pamahiin. Nagkakaroon sila ng takot dahil sa maaaring mangyari kung hindi nila susundin o paniniwalaan ang mga pamahiin ng mga matatanda. Ilan sa mga halimbawa ng mga pamahiin ay ang mga sumusunod:

1. Pagiging malas kapag ang isang tao ay paalis at bigla na lang nakakita ng pusang itim.

2. Ang damit pangkasal ay hindi dapat isukat dahil baka hindi matuloy ang kasal.

3. Ang pagkanta habang nagluluto ay nagiging dahilan ng pagtandang dalaga.

4. Masama ang ibinibigay na kahulugan sa pag-alulong ng aso: may namatay sa lugar na yaon.

5. Ibinabalita ang pagtuktok ng butiki sa kisame o dingding ay pagdating ng panauhin.

Ang iba naman ay sumusunod na lang kahit hindi sila naniniwala dahil sa mga pangkakataong nagkakatotoo ang mga ito.

Pagkamainggitin

Isa pa sa hindi magandang ugali ng mga Pilipino ay ang pagkamainggitin. Gusto niyang magkaroon din siya ng lahat ng magagandang gamit ng kanyang kapwa. Ang iba ay naiinggit sa magandang kapalarang sinapit ng kaibigan. Malinaw ang katangiang ito sa mga tinderang magkakatabi ng lugar. Itinitinda nila ang mga tindang mabili sa katabi nilang tindahan. Ang resulta tuloy nito ay ang pagkabagsak ng negosyo nilang pareho. Mayroong mas matindi ang pagkamainggitin. Sinisiraan nila ang mga taong matagumpay upang ito ay ibaba o ibagsak. Ang ugaling ito ay nakahahadlang sa pag-unlad ng tao.

Kulang sa Disiplina

Ang mga Pilipino ay sinasabing kulang sa disiplina. Unang-unang halimbawa nito ay ang pagdating sa oras ng kasunduan. May mga taong hindi marunong sumunod sa takdang-oras ng usapan. Dumarating sila nang lampas sa ilang oras ng kasunduan. Marami silang dahilang ibinibigay. Isa pang kakulangan ng disiplina ng mga tao ay nakikita sa hindi pagsunod sa batas trafiko, linyang tawiran at mga babala. Nakalulungkot isipin na may mga taong sumusunod lamang at

Aralin 13 Paano Makatutulong o Makahahadlang sa Pag-unlad ng Pamumuhay ang mga Ugaling Nagpapakilala sa Ating Pagka-Pilipino

nagpapakita ng disiplina kung may nakatingin o nagbabantay. Kapag wala na ito ay bumabalik sila sa dating ugali.

Pagkahilig sa mga Gawa o Produkto ng Dayuhan

Ang pagiging mahilig sa mga gawa o produkto ng dayuhan ay isang ugaling sagabal din sa pag-unlad. May mga taong hindi marunong tumangkilik ng mga bagay na gawa sa sariling bansa. Gustung-gusto nila ng mga bagay na *imported*. Pagkain, damit, sapatos, at gamit sa bahay ang ilan sa mga imported na gustung-gusto ng mga Pilipino. Sa Pilipinas, kapag sinabing "imported" ay binibili agad ng iba. Naniniwala kasi sila na ang gawa ng ibang bansa ay mas maganda at mas matibay kaysa gawang local. Ang ugaling ito ay isa sa mga dahilan kung bakit mabagal ang pag-unlad ng ating bansa. Ang ilang Pilipino ay hindi tumatangkilik sa sariling produkto. Resulta nito ay pagbaba ng kalakalan sa Pilipinas.

Itinataguyod mo ba ang mga sariling produkto natin?

二 单词表 Talasalitaan

pagka-Pilipino	菲律宾国民性
makahahadlang	形成阻碍的
ipagkapuri	被表扬
pagkakitaan	赚钱
parol	灯笼
pagkamalikhain	创造力
lumot	海藻
bunot	椰子壳
pag-ukit	雕刻、切出凹槽
hagdang palayan	梯田

materyales	材料
masayahin	乐观的
mahiligin	喜爱的、着迷的
magpatawa	使……大笑
nakakabawas	能够减轻
nakapagpapagaan	能使变轻
kasabihan	说法、道理
nagsalin-salin	传递
kaanak	亲戚
kakambal	一对中的一个
pagsandal	倚靠、依靠
magsarili	变得独立
pababayaan	被放弃、被丢弃
pabigat	负担
maramdamin	多愁善感
bagamat	尽管
palabiro	喜欢开玩笑
masaktan	被伤害
damdamin	感到难受
empleyado	职员
pamahiin	迷信
salat	缺乏的
mahigpit	严格的、严重的
isukat	试穿
pag-alulong	犬吠
ibalita	预示
butiki	蜥蜴
pagkamainggitin	嫉妒

Aralin 13 Paano Makatutulong o Makahahadlang sa Pag-unlad ng Pamumuhay ang mga Ugaling Nagpapakilala sa Ating Pagka-Pilipino

naiinggit	羡慕嫉妒的
kapalaran	运气
sapitin	到达、降临
magkakatabi	靠在一起的
siraan	被伤害
ibagsak	崩溃
kasunduan	协定
lampas	超过
babala	警告
tumangkilik	支持
itaguyod	被支持

三 注释 Tala

1. Sa kabila nito ay mayroon ding mga hindi magagandang kaugalian na minana ang mga Pilipino sa mga ninuno. 此句中主语是 ang mga Pilipino，由 mayroon 充当谓语动词，minana 通过 na 构成了对于 kaugalian 的定语修饰。

2. dapat nating taglayin... 的表述中，dapat 作为情态动词，要求以后所跟随的实意动词采用不定式形态，两个动词若是直接连接，可以使用连接词 na，亦可省略，但若两动词之间置入小品词或代词，如例中 natin，则必须使用连接结构 ng 且不可省略。

3. pagiging 是 maging 一词的动名词形态，maging 表示"成为"的意思，后面接形容词或名词，是非常常见的用法，其过去时、现在时和将来时分别是 naging、nagiging 和 magiging。

4. payo 是当地语言中对于梯田的特定称谓，hagdang palayan 是释义性称谓。

四 练习 Pangkasanayan

1. **Isalin ang mga pangungusap sa wikang Filipino.**

   （1）有人给你布置了一个任务，没有给定完成期限。

   （2）蜥蜴敲击天花板或墙壁预示着客人来访。

   （3）他批评那些菲律宾自己生产的产品。

2. **Sagutin ang sumusunod na mga tanong ayon sa Aralin 13:**

   (1) Ano ang mga kaugalian ng mga Pilipino na nakahahadlang sa pag-unlad ng kanilang bayan?

   (2) Bakit patuloy na hinahangaan ang Hagdan-hagdang Palayan sa Ifugao ng maraming tao sa buong daigdig?

   (3) Paano makatutulong at makahahadlang sa pag-unlad ng pamumuhay ang pagiging makapamilya ng mga Pilipino?

3. **Magpaliwanag kung anong katangian ng mga Pilipino ang ipinakikita ng sumusunod na mga sitwasyon.**

   (1) Nagmano si Mabel sa kanyang tiyo at tiya.

   (2) Gumawa si Joey ng isang magandang pamaypay mula sa mga makulay na pahina ng mga lumang magasin.

   (3) Iniisa-isang ikabit ni Alex ang mga sigay upang makagawa ng magandang palamuti.

Aralin 13　Paano Makatutulong o Makahahadlang sa Pag-unlad ng Pamumuhay ang mga Ugaling Nagpapakilala sa Ating Pagka-Pilipino

五　课后阅读　Pagbabasa sa Gawain Bahay

Ang Pakikipag-ugnayan sa mga Dayuhang Dumating sa Pilipinas[1]

Kilalanin natin ang iba pang dayuhan na dumating sa ating bansa.

Tsino

Kilala ang mga Tsino sa pangangalakal. Ito ang dahilan ng kanilang pagpunta sa Pilipinas. Sila ay masipag maghanapbuhay. Hanggang sa ngayon ay kilala sila sa larangan ng pangangalakal o pagnenegosyo. Ang mga Tsino ay singkit, tuwid ang itim na buhok, at medyo dilaw ang kulay ng balat. Ang ilan sa kanila ay nakapag-asawa na ng mga Pilipino kaya't ang iba sa ating mga kababayan ay may lahing Tsino.

Sa mga Tsino natin natutuhan ang paggamit ng tsinelas, pamaypay, at porselana. Ilan sa mga salitang Tsino na ginagamit natin ngayon ay ang *hibe, tiya, singsing, susi, pansit,* at *hikaw*.

Ang iba pang natutuhan natin sa mga Tsino ay ang mga sumusunod:

1. pagkatuto ng pagmimina
2. pag-ukit ng mga palamuting yari sa metal
3. pagluluto ng pansit, lumpia, siopao, at siomai
4. paglalaro ng sungka at pagpapalipad ng saranggola

Hapones

Halos kasabay ng mga Tsino, Arabe, at Hindu ang mga Hapones. Nagpunta sila rito bilang mangangalakal. Sila ay nakarating sa Polilio

---

[1] *Pilipinas: Bayan Ko 3*，第 9 课，第 110—116 页。

Island, Bicol, Maynila, at Pangasinan. Sa mga Hapones naman natin natutunan ang makabagong paraan ng pagpaparami ng isda, pag-aalaga ng pato, pagtitinda ng itlog at daing na isda. Sila ay masipag at masinop. Ang kanilang mga produkto ay maayos at halos perpekto ang pagkagawa. Tulad ng mga Tsino, ang mga Hapones ay singkit ang mata, manilaw-nilaw ang balat, maitim, at tuwid ang buhok. Ang kanilang pangangatawan ay balingkinitan. Sa pamamagitan ng pagdaop ng palad at pagyukod ay ipinakikita nila ang kanilang pagiging magalang.

Ang iba pang naging impluwensya sa Pilipino ng mga Hapones ay ang sumusunod:

1. paggawa ng palaisdaan
2. paggawa ng mga kagamitang yari sa litid ng usa
3. paggawa ng sandata at kasangkapan
4. pagkain ng hilaw na isda na isinasawsaw sa toyo

Arabe

Dumating sa Pilipinas ang mga Arabe bilang mga mangangalakal. Ang iba naman sa kanila ay bilang mga misyonero. Pinalaganap nila ang relihiyong Islam. Itinuro ng kanilang misyonero ang pagsamba kay Allah at pagdarasal sa mosque. Ang mga Arabe ay matatangkad, matipuno ang pangangatawan, kulot, maitim ang buhok, at matatangos ang ilong. Karamihan sa mga impluwensyang Arabe ay namana ng mga taga-Sulu sa Mindanao.

Ang mga salitang *alamat, salamat, apo, sulat,* at *bukas* ay galing sa wikang Arabe.

Ang mga Arabe ay nagbigay sa Pilipinas ng kulturang Muslim at relihiyong Islam na nagsasaad ng isang kumpletong pamumuhay batay sa Qur'an, ang banal nilang aklat at ang Sunnah, buhay at panahon ni

Aralin 13 Paano Makatutulong o Makahahadlang sa Pag-unlad ng Pamumuhay ang mga Ugaling Nagpapakilala sa Ating Pagka-Pilipino

Propeta Mohammed (PBUH).

Ang iba pang impluwensya ng mga Arabe sa atin ay ang mga sumusunod:

1. pagbisita sa Mosque upang sumamba, at ang hindi pagkain ng karne ng baboy

2. ang sayaw na Singkil, sayaw ito na pangkasal ng mga Tausog

3. ang wikang Arabic

4. ang pananamit ng Muslim

5. ang Jhemiah (Divine Law)

Español

Higit na malaki ang naging impluwensya ng mga Español sa atin. Sila ay pinakamatagal na sumakop sa Pilipinas. Matatangkad, mapuputi, mapungay ang mata, at matangos ang ilong ng mga Español. Sa pananatili nila sa Pilipinas nang tatlong daang taon, maraming natutuhan ang mga Pilipino sa kanila. Unang-una rito ay ang relihiyong Kristiyanismo. Sila ang naging daan upang ang mga Pilipino ay maging Kristiyano. Ang pagdiriwang ng fyesta, kaaya-ayang pananamit, bagong wika, pagbabago ng mga pangalan, edukasyon, at makabagong paraan ng paggawa ng gusali ay natutunan natin sa mga Español.

Ang iba pang mga bagay na itinuro sa atin ng mga Español ay ang mga sumusunod:

1. naturuan ang mga lalaki na magsuot ng medyas at sapatos, pantalon, at sombrero

2. natuto naman ang mga kababaihan na magsuot ng mga palda, kamison, blusa, medyas, at sapatos

3. natuto ang mga Pilipino na sumulat at magsalita sa wikang Español na itinuro sa paaralan

4. binigyan din tayo ng mga pangalan at apelyido tulad ng Jose, Pedro, Maria, de los Santos, de los Reyes, at iba pa

5. itinuro sa mga Pilipino ang pagluluto ng *paella, arroz a la valenciana,* at *embutido*

6. ipinakilala sa atin ang sabong o pintakasi

7. itinuro sa atin ang larong *cara y cruz* at *palosebo*

Amerikano

Ang mga Amerikano naman ay pumalit sa pananakop ng mga Español. Marami rin silang ipinamana sa atin. Ang mga Amerikano ay matataas, matangos ang ilong, kulay kape o mamula-mula ang buhok, at kulay asul o mala-berde ang mata. Mayroon ding mga Amerikanong maitim ang kulay ng balat, malapad ang ilong, at makapal ang labi. Matangkad din sila gaya ng mga puti. Sila ay tinatawag na Amerikanong Negro.

Sa loob ng 40 taong pamamalagi ng mga Amerikano sa Pilipinas ay marami ring naituro sila sa atin. Ang pinakamahalaga sa lahat ay ang edukasyon at demokrasya. Sa demokrasya natutunan ang karapatan at tungkulin ng bawat mamamayan. Ito ay laging ipinaglalaban ng mga Pilipino hanggang sa kasalukuyan. Relihiyong Protestante naman ang dala ng mga Amerikano, subalit marami pa rin ang nanatiling Katoliko. Ang mga larong *basketball, softball, tennis, volleyball,* at *bowling* ay natutunan din natin sa mga Amerikano. Maging sa pananamit at pagkain ay naimpluwensyahan tayo ng mga Amerikano.

Ang iba pang impluwensya ng mga Amerikano sa atin ay ang mga sumusunod:

1. pagkakaroon ng paaralang pampubliko

2. mga pagkain tulad ng *hotdog, hamburger, sandwich,* at mga

Aralin 13 Paano Makatutulong o Makahahadlang sa Pag-unlad ng Pamumuhay ang mga Ugaling Nagpapakilala sa Ating Pagka-Pilipino

kending tsokolate

3. dinala nila ang mga makabagong kagamitan tulad ng *vacuum cleaner, washing machine*, at marami pang iba

4. panonood ng sine at konsiyerto

5. pagsasayaw ng *boogie, rock and roll*, at *tango*

6. pag-awit ng mga awiting Ingles

Tandaan

Ang mga Arabe, Tsino, at Hindu ay dumating sa ating bansa upang makipagkalakalan lamang.

Ang mga Español, Amerikano, at Hapones ay dumating sa ating bansa upang tayo ay sakupin.

Maraming mga salitang Tsino, Hindu, at Arabe ang sa ngayon ay karaniwan nang ginagamit ng mga Pilipino.

Ang pinakamahalaga sa naituro sa atin ng mga Amerikano ay ang edukasyon at demokrasya.

Ang pagdiriwang ng fyesta, kaaya-ayang pananamit, bagong wika, pagbabago ng mga pangalan, edukasyon at makabagong paraan ng paggawa ng gusali ay natutunan natin sa mga Español.

Ang mga Arabe ay nagbigay sa Pilipinas ng kulturang Muslim at relihiyong Islam.

Sa mga Hapones natutunan ang makabagong paraan ng pagpaparami ng isda, pag-aalaga ng pato, pagtitinda ng itlog, at daing na isda.

Sa mga Tsino natin natutuhan ang paggamit ng tsinelas, payong, pulbura, at porselana.

注释 Tala

1. Paella：原为西班牙语词，指平锅菜饭，一种用番红花调味的大米与肉、海味、蔬菜烹调而成的西班牙饭。

2. Arroz a la valenciana：西班牙语词，指巴伦西亚饭，一种与 Paella 相似的炒饭。

3. Embutido：西班牙语词，指一种特别的香肠。

4. Cara y cruz：西班牙语词，指掷硬币，直译意思为"人脸或十字架"，即西班牙旧时硬币两面的图案。

5. Palosebo：菲律宾语词，指爬竿游戏。

Aralin 14　Sariling Kakayahan para sa Pagpapaunlad ng Pamumuhay

一　课文　Testo[①]

Iba't ibang kakayahan ang isinasagawa ng bawat tao para madagdagan ang kanyang kita upang matugunan niya ang lahat ng kanyang mga pangangailangan.

Siya ay gumagawa ng iba pang paraan na maaaring makatulong o makadagdag sa kanyang sinasahod.

Ang Pilipino ay likas na masipag pagdating sa pagkakakitaan. Siya ay nakikipagsapalaran sa iba't ibang negosyo, upang magkaroon ng dagdag ang kinikita niya sa kumpanyang kanyang pinapasukan.

Sipag at tiyaga ang dapat taglayin ng isang taong nagsusumikap na mapalaki ang kanyang kita upang matugunan ang lahat ng kanyang pangangailangan.

Karamihan sa ating manggagawa--guro, nars, pulis, mga propesyonal, o maging ordinaryong empleyado sa opisina ay pumapasok sa negosyong "buy and sell". Sila ay bumibili at nagbibili ng anumang bagay na maaaring pagkakitaan.

Ilan sa mga bagay na kanilang ibinebenta ay damit, sapatos, palda, at iba pang kasangkapan sa bahay. Nagbebenta rin sila ng mga pagkain, tulad ng mga "imported canned goods," prutas, tocino, longganisa, at

---

① *Pilipinas: Bayan Ko 3*，第 163—168 页。

marami pang iba.

Simple lamang ang paghahanapbuhay ng mga ito na may maliit na puhunan at tamang tubo sa taong nagnenegosyo.

Malaking tulong sa mga manggagawa ang pagbili at pagbebenta dahil ito'y tinatawag na "sideline," hindi niya pinababayaan ang kanyang pinaglilingkuran. Hindi niya ginagamit ang oras ng pagtatrabaho sa kanyang karagdagang kita.

Hindi lamang mga matatanda ang nagkakaroon ng karagdagang pagkakakitaan. Kaya rin ng mga kabataan na kumita ng pera sa marangal na paraan, upang makatulong sila sa mga gastusin ng kanilang mag-anak. "Sariling Sikap" ang tawag dito. Sa mga batang nag-aaral, magagawa nila ito tuwing Sabado at Linggo o sa araw na wala silang pasok sa klase.

Anu-ano ba ang kaya mong gawin?

Karaniwan na nating nakikita ang mga batang lalaki na nagtitinda ng dyaryo sa umaga. Madilim pa ay makikita mo na silang nasa lansangan at nagtitinda ng iba't ibang dyaryo para mabasa ng mga mamamayan.

Maaari ka ring kumita sa paggawa ng basahan mula sa retaso ng damit na ginagawa ng Nanay mo. Maraming pinaggagamitan ang retasong basahang ito.

May mga batang nag-aalaga ng mga manok. Inaalagaan nila ang mga ito nang wasto upang lumaki kaagad. Ipinagbibili nila ang mga manok at itlog sa kanilang mga kapitbahay.

Makikita natin sa mga simbahan ang mga batang babae na nagtitinda ng sampagita upang ialay sa mga santo at gamitin sa iba't ibang okasyon. Halos araw-araw ay bumibili ang mga tao ng kwintas na sampagita na nakatutulong sa mga batang nagtitinda nito.

Ang batang lalaking ito ay kasama ng kanyang tatay sa pagtitinda sa palengke. Malaking bagay para sa tatay ang ginagawang pagtulong ng

Aralin 14 Sariling Kakayahan para sa Pagpapaunlad ng Pamumuhay

kanyang anak sa pagtitinda.

Ang batang babaeng ito ay tumutulong sa kanyang nanay na magbenta ng mga gulay, tulad ng talong, sitaw, upo, kalabasa, okra, pechay, sibuyas, at kamatis na inani nilang mag-ina sa kanilang halamanan. Nagbebenta rin sila ng mangga at saging na galing rin sa kanilang pananim.

Sa ganitong paraan, kumikita na siya, at higit sa lahat, nakakatulong siya sa kanyang mga magulang.

May iba't ibang kakayahan ang isinasagawa ng bawat tao para madagdagan ang kanyang kita nang sa gayon ay matugunan niya ang lahat ng kanyang mga pangangailangan. Sipag at tiyaga ang dapat taglayin ng isang taong nagsusumikap na mapalaki ang kanyang kita upang matugunan ang lahat ng kanyang pangangailangan. Kaya rin ng mga kabataan na kumita ng pera sa marangal na paraan.

Maunlad na Pamumuhay: Mithiin ng Mga Pilipino[1]

Ano ang paraang magagawa ng isang mamamayan para mapaunlad ang kanyang buhay at makatulong sa kanyang bayan?

Mithiin nating lahat na magkaroon tayo ng isang maunlad na pamumuhay.

Mangingisda

Malaki ang maitutulong ng mga mangingisda sa pag-unlad ng pamumuhay sa ating pamayanan. Ang mga pangangailangang nanggagaling sa karagatan ay maibibigay nila sa tao.

---

[1] *Pilipinas: Bayan Ko 3*,第 152—157 页。

Tindera

Ang paggawa ng mga bag na yari sa abaka ang isa pang malaking tulong sa ating pangangalakal. Ang mga bag na ito ay mabili hindi lang sa ating bayan kundi sa iba pang mga bansa. Gustung-gusto ng mga turista ang mga bag na gawa dito sa ating bansa. Nakatutulong ito nang malaki sa ating kalakalan at pagkita ng dolyar.

Dahil dito, nararapat lang na tayong mga Pilipino ay unang tumangkilik sa ating mga produktong lokal.

Ang pagbili ng mga produktong Pilipino at pagluluwas nito sa ibang bansa ay nakatutulong sa pagpapaunlad ng ating ekonomiya.

Magsasaka

Kapag marami ang ani ng mga magsasaka sa kanilang mga pananim, ang mga pangangailangan ng ating mga mamamayan sa pagkain ay kanilang maibibigay.

Ang kanilang pamumuhay ay magiging masaya sapagkat malaki ang kikitain nila at mayroon na silang magagasta para sa pag-aaral ng kanilang mga anak. Mabibili na rin nila ang iba pa nilang kailangan, tulad ng mga gamit at damit.

Kapag ang mga mamamayan ay may matatag na hanapbuhay at kumikita nang malaki, masasabi nating maunlad ang pamumuhay sa pamayanang kanilang ginagalawan.

Kailangan din ng karaniwang mamamayan ang sapat na sahod para matugunan ang pangangailangan ng pamilya.

Sa ganitong paraan matutugunan ang mga mithiin ng mga mag-anak sa pangangailangan sa pagkain, kasuotan, at tirahan.

Ang pamumuhay ng mga mamamayan ay mapabubuti kung ang mga kabataan ay mabibigyan ng wastong edukasyon tungo sa karunungang

Aralin 14 Sariling Kakayahan para sa Pagpapaunlad ng Pamumuhay

kanilang kakailanganin sa pagtulong sa pagpapaunlad ng mamamayan.

Malaking tulong ang maibibigay sa ating pamahalaan kung ang malaking bahagdan ng populasyon ng bansa ay may trabaho at kumikita nang malaki.

Maraming kabataan ang mabibigyan ng pagkakataong makapag-aral.

Magiging malusog at malakas ang mamamayan kung mayroong sapat na pagkain.

Umuunlad ang pamumuhay ng isang pamayanan kung ang bawat mamamayang Pilipino ay may hanapbuhay at kumikita.

Ang maginhawa at maayos na pamumuhay ang mithiin ng bawat mamamayan.

Kailangan ng mga mamamayan ang sapat na suplay ng kuryente at maayos na daloy ng tubig.

Kailangan din sa isang maunlad na pamayanan ang maayos na kalye at mga tulay para maging maayos at madali sa mga tao ang paglalakbay.

Higit na magkakaroon ng pagkakabuklod ang mga Pilipino kung matutupad ang layunin o mithiin sa pagpapabuti ng pamumuhay sa pamayanan.

Sa isang maunlad na pamayanan, mithiin ng bawat mamamayan ang magkaroon ng isang maayos, tahimik, matiwasay, at maunlad na pamumuhay. Pangunahing mithiin ng mga Pilipino na matugunan ang kanilang pangangailangan sa buhay, tulad ng pagkain, kasuotan, tirahan, at edukasyon. Makakamit ng bawat isa ang kanyang mithiin kung siya ay magiging maagap at masipag.

二 单词表 Talasalitaan

nakikipagsapalaran　　　冒险

palda	短裙
longganisa	香肠
pinababayaan	放弃、忽略
gastusin	开销、花钱
lansangan	路、街道
basahan	抹布、碎布
retaso	零头布料
ialay	奉献
sitaw	豇豆
upo	瓠子
kalabasa	南瓜
okra	秋葵
sibuyas	洋葱
mithiin	理想、渴望
dolyar	美元
tumangkilik	光顾、支持
pagluluwas	出口
magagasta	花费
ginagalawan	移动
sahod	工资
matugunan	满足、回答、符合
bahagdan	百分比
pagkakabuklod	团结
matutupad	完成、实现
matiwasay	安静的
maagap	及时、快的

三 注释 Tala

1. bumibili 和 nagbibili 都源自词根 bili，分别是现在时的"买"和"卖"，相应的动名词 pagbili 和 pagbibili 亦有区别。

2. (ka)tulad ng、(ka)gaya、kaparis ng 等词表示"像……一样"，类似于 mukhang、parang 等表达法，但除了表达相似的意思，还可以用来表示举例。

3. Malaking tulong ang maibibigay sa ating pamahalaan .... 一句中 maibibigay 的 mai- 词缀表示"能够被"，常见句型为 maibigay 后加上 ng 引导的施动者以及 ang 引导的受动物。

四 练习 Pangkasanayan

1. **Isalin ang mga pangungusap sa wikang Filipino.**

    (1) 汤姆所做的用于增加他的收入的方式是卖茉莉花。

    (2) 珍视你所拥有的能力很重要。

    (3) 心宽、豁然地接受一切。

    (4) 为了我们的生活和我们的国家能够发展，我梦想成为一名渔夫。

    (5) 作为一名学生，我能够为国家带来很大的贡献。

2. **Buuin ang pangungusap pag gamitin ang sumusunod na mga salita.**

    (1) isinasagawa

    (2) nagsusumikap

    (3) pinagyaman

    (4) ialay

    (5) pabayaan

3. Hanapin ang kapareho ng mga salita at guhitin.

   (1) tirahan   a. trabahador;trabahadora

   (2) mithiin   b. komunidad

   (3) manggagawa   c. payapa

   (4) pamayanan   d. layunin

   (5) tahimik   e. tahanan

4. Isalin ang mga parirala sa wikang Filipino at buuin ang pangungusap pag gamitin ang mga parirala.

   (1) 养宠物

   (2) 种空心菜

   (3) 忙于家务事

5. Sulatin ang "mai-" aspeto ng mga sumusunod na pangdiwa at buuin ang pangungusap.

   (1) taguyod

   (2) tulong

   (3) iwas

   (4) larawan

   (5) sagawa

   (6) dagdag

6. Pagsusulat sa paksang "Ang Aking Kakayahan at Pangarap". Maglarawan ng isang kakayahang pinagkakaroon mo at magpaliwanag kung puwede hindi maitutulong ito sa pagpapatupad ng pangarap mo.

五　课后阅读　Pagbabasa sa Gawain Bahay

Solstice

May pagkakataon din ba na ang Timog Hating-Globo ay nakaharap

Aralin 14 Sariling Kakayahan para sa Pagpapaunlad ng Pamumuhay

sa araw? Kailan ito nagaganap? Anong mga buwan ito? Anong uri ng panahon ang nararanasan sa bahaging ito ng globo?

Pagsapit ng Disyembre 21, ang bahaging timog ng mundo ay nakaharap sa araw. Dito nararanasan ng mga lugar na nasa bahaging Timog Hating-Globo ang mahabang sikat ng araw at mahabang gabi naman sa bahaging Hilagang Hating-Globo. Sa panahong ito sa bahaging patimog ng mundo ay nagsisimula ang 6 na buwang tag-araw at anim na buwan namang tag-lamig sa bahaging pahilaga ng mundo. Tinatawag itong Winter Solstice.

Dalawang beses sa isang taon nararanasan sa mundo ang panahon na magkasinghaba ang gabi at araw sa hilaga at timog na bahagi ng mundo dahil ang sinag ng araw ay tuwirang nakatuon sa bahaging ekwador. Nagaganap ito kung Marso 21 o 22 at Setyembre 23 o 24. Tinatawag itong equinox. Ang Marso 21 o 22 ay tinatawag na equinox ng tag-sibol o vernal equinox at Setyembre 23 o 24 ay tinatawag naman na equinox na taglagas o automnal equinox.

May pagbabago ba sa bahagi ng mundo na nasisikatan ng araw? Ano ang nangyayari kapag nagbabago ang posisyon ng mundo habang lumiligid sa araw?

Ang pagkakaiba-iba ng klima at pagbabago ng panahon sa iba't ibang panig ng mundo ay sanhi ng pag-iiba ng posisyon ng mundo habang lumiligid sa araw.

Ang Panahon at Klima

Ano ang pagkakaiba ng klima sa panahon?

Ang klima ay ang pangmatagalang pangkalahatang kalagayan ng panahon sa isang lugar bunga ng pang-araw-araw na kondisyon ng panahon na umiiral sa isang dako ng daigdig. May klimang mainit, may katamtaman, at may napakalamig.

May kaugnayan sa klima ang temperatura, dami ng ulan, halumigmig ng hangin, at ang galaw at lakas ng hangin sa isang araw.

Napapakinggan natin sa radyo, napapanood sa telebisyon, at nababasa sa pahayagan ang araw-araw na kalagayan o taya ng panahon. Madalas na nalalaman natin ang lagay ng panahon sa araw-araw sa pamamagitan ng pag-oobserba o pagtingin sa kalangitan o papawirin. Mapapansin natin na may araw na maulap ang kalangitan. Kung minsan'y maaliwalas o matindi ang sikat ng araw. May mga araw din na maulan o mabagyo. Ito ay tinatawag natin na panahon. Ang panahon ay ang kalagayan ng hangin sa araw-araw sa alinmang lugar sa bansa. Ito ay maaaring magbago sa loob ng maikling oras o ilang minuto.

Mga Salik na Kaugnay ng Klima

Ang topograpiya, lokasyon, hangin, at tubigan ay mga salik ng klima. Kung ang topograpiya ng lugar ay mababa tiyak na makararanas ng mainit na panahon. Sa mga matataas namang lugar ay malamig na panahon.

May kaugnayan din ang lokasyon ng isang lugar sa mundo. Kapag ang isang lugar ay nasa mataas na latitud mararanasan ang mahabang panahon ng tag-lamig. Katamtaman ang panahon kapag ang isang lugar ay nasa gitnang latitud. Ang mga bansa namang nakahimlay sa mababang latitud ay mararanasan ang mahabang panahon ng tag-init.

May epekto din ang hangin at tubigan sa klima. Ang mga bansang malapit sa katubigan ay may malamig na temperatura kaysa mga lugar na malayo sa tubigan. Nagdadala naman ng ulan ang hangin sa iba't ibang direksyon.

Aralin 14 Sariling Kakayahan para sa Pagpapaunlad ng Pamumuhay

Ang Klima sa Iba't Ibang Bahagi ng Mundo

Pag-aralan ang larawan. Makikita ang limang espesyal na guhit latitud ng mundo na likhang isip lamang. Ang mga ito ay ang Kabilugang Arctic, Tropiko ng Cancer na matatagpuan sa bahaging Polong Hilaga, ang ekwador na nasa gitnang bahagi, ang Tropiko ng Capricorn at Kabilugang Antartic na nasa bahaging Polong Timog.

Nakatutulong ba sa pagtukoy ng uri ng klima sa iba't ibang panig ng mundo ang limang espesyal na guhit latitud sa globo?

Frigid Zone (Sonang Napakalamig)

Ang mga lugar sa mataas na latitud, na matatagpuan sa Kabilugang Arctic na 66° H latitud at hilagang polo na 90° H latitud at mula sa Kabilugang Antartic na 66° T latitud at polong timog na 90° T latitud, ay napakalamig ang klima. Dito ay halos hindi na naabot ng sikat ng araw. Ito'y tinatawag na Frigid Zone o Sonang Napakalamig dahil sa klimang polar.

Tingnan ang globo at banggitin kung may mga bansang makikita sa lugar na ito.

Torrid Zone (Sonang Mainit)

Ang bansang may klimang tropikal ay nasa mababang latitud. Ang mga ito ay matatagpuan sa pagitan ng Tropiko ng Cancer na 23° H latitud at sa Tropiko ng Capricorn na 23° T latitud. Ang mga lugar dito ay nakatatanggap ng diretsong sikat ng araw. Ang tawag dito ay torrid zone o sonang mainit dahil sa klimang tropikal. Ang mga bansa dito ay nakararanas ng dalawang uri ng klima, tag-init at tag-ulan.

Tingnan ang globo, anu-anong bansa ang nasa mababang latitud o rehiyong tropikal? Kabilang ba ang Pilipinas sa bansang matatagpuan dito?

Temperate Zone (Sonang Katamtaman)

Ang mga lugar na nakakaranas ng katamtamang uri ng klima ay matatagpuan sa pagitan ng mababa at mataas na latitud. Ang temperatura dito ay hindi kasing taas ng temperatura sa mababang latitud o rehiyong tropikal at hindi rin ito kasing lamig ng temperatura sa rehiyong polar. Samakatuwid, katamtaman ang klima rito.

Sa rehiyong may katamtaman ang klima ay nakararanas ng apat na panahon sa isang taon ang mga bansa rito. Ang apat na pagpapalit ng panahon sa isang taon ay ang tag-init, tag-lagas, tag-lamig, at tag-sibol.

Sumangguni sa globo at banggitin ang mga bansang nakararanas ng apat na panahon sa loob ng isang taon.

Ang mundo ay umiikot sa sariling aksis at lumiligid ito sa araw.

Ang isang buong pag-ikot ng mundo sa kanyang aksis ay tumatagal nang 24 na oras.

Tumatagal naman nang 365 na araw o isang taon ang isang kompletong pagligid ng mundo sa araw.

Ang pagbabago ng posisyon ng mundo habang lumiligid sa araw nang nakahilig sa aksis nito sa anggulong 23° ang dahilan ng pag-iiba-iba ng panahon.

Nakatutulong sa pagtukoy ng klima ng daigdig ang limang espesyal na guhit latitud sa globo.

Magkaiba ang klima sa panahon. Ang klima ay ang pangmatagalang kalagayan ng panahon sa isang lugar. Ang panahon ay ang pang-araw-araw na kalagayan ng himpapawirin at taya ng hangin sa isang lugar.

Aralin 15　Pagtutulungan sa Pagtatamo ng Mithiin at Kanais-nais na Saloobin at Pagpapahalaga sa Paggawa

一　课文　Testo[1]

　　Susi ng kaunlaran ang pagtutulungan ng bawat mamamayan sa isang pamayanan. Nararapat na malinang at mapabuti ang ating mga kakayahan, kinakailangan nating magkaisa at magtulungan para maging maunlad ang ating kabuhayan,

　　Ang pagtutulungan ang isa sa mga katangian nating mga Pilipino upang mapabuti ang ating kalagayan.

　　Ang isang mag-anak ay sama-samang namumuhay at nagtutulungan.

　　Sila ay may mga gawain sa bahay, paaralan, at pamayanan.

　　Ang bawat isa sa atin ay tumutulong sa iba't ibang gawain.

　　Ang ating mga gawain ay nagiging magaan at madali kapag tayo ay nagtutulungan.

Paano Tayo Tumutulong sa Bahay?

- Tayo ay tumutulong sa iba't ibang gawain sa bahay.
- Inaayos natin ang ating mga gamit.
- Naglilinis tayo ng ating paligid.

---

[1]　*Pilipinas: Bayan Ko 3*，第 175—195 页。

- Inaalagaan natin ang ating bunsong kapatid.
- Tinutulungan natin ang tatay sa pag-aayos ng bahay.
- Tumutulong tayo sa nanay sa mga gawaing-bahay.

Magkatulong ang nanay at tatay sa paglalaba, pagluluto, pagpaplantsa, at pag-aalaga ng bata.

Si Ate at Kuya ay magkatulong sa paglilinis, pag-aayos ng gamit, pagsunod sa utos, at pag-aalaga sa kapatid.

Paano Tayo Tumutulong sa Paaralan?

- Tayo ay tumutulong sa mga guro at pinuno ng ating paaralan.
- Nililinis natin ang ating silid-aralan.
- Iniiwasan natin ang magkalat sa paligid.
- Hindi dapat sinusulatan ang dingding.
- Tayo ay dapat sumunod sa mga tuntunin ng paaralan.

Makaiisa sa pagpapanatili ng kalinisan at kaayusan ng ating paaralan.

Paano Tayo Tumutulong sa Pamayanan?

Nagtutulungan ang mga pamilya sa pamayanan.

Sila ay tumutulong sa pagkukumpuni ng bahay ng kapitbahay.

Sila ay tumutulong din sa paglilipat ng bahay. Tinatawag itong bayanihan.

May bayanihan ding nagaganap sa pagtatanim at pag-aani ng palay.

Nagtutulungan din sila sa panahon ng kagipitan. Ang bawat isa ay handang tumulong sa mga taong nangangailangan.

Nakikita mo ba ang mga gawaing ito sa inyong pamayanan?

a. Pagdalaw sa mga kapitbahay na maysakit

b. Pagtulong kaagad sa mga taong naaksidente sa kanilang pook

Aralin 15 Pagtutulungan sa Pagtatamo ng Mithiin at Kanais-nais na Saloobin at Pagpapahalaga sa Paggawa

c. Pag-aalay ng libreng dugo para sa mga nangangailangan

d. Pagtulong sa mga pamilyang nasalanta ng kalamidad tulad ng baha, lindol, sunog, at iba pa

Pagsali sa iba't ibang Proyekto o Kampanya

Kalinisan at Kagandahan ng Kapaligiran

Mahalaga para sa atin ang malinis na kapaligiran. Dapat nating panatilihin ang kagandahan ng ating paligid.

Paghahalaman sa Paligid

Maraming dulot na kapakinabangan ang ating halaman. Nagdudulot ito ng kagandahan sa ating paligid. Pinagkukunan natin ito ng pagkain. Ginagamit din ito sa paggagamot.

Magtanim tayo at alagaan natin ang mga halaman upang makatulong ito sa ating mga pangangailangan.

Paghahayupan

Nakatutulong din sa atin ang mga hayop. Dito galing ang iba nating pagkain at damit. Nag-aalaga tayo ng mga hayop upang matugunan ang iba pa nating pangangailangan.

Pagtitipid

Bahagi ng kampanya ng ating pamayanan ang pagtitipid, lalung-lalo na sa tubig. Mahalaga ang tubig dahil sa marami nitong gamit, tulad ng paliligo, paglalaba, pagluluto, at iba pa.

Ano ang iyong ginagawa upang ikaw ay makatipid ng tubig?

Pagpapanatili ng Kalusugan

Isang kayamanan ang ating kalusugan. Dapat nating alagaan ang ating katawan upang hindi magkasakit. Sikaping maging kapaki-pakinabang na mamamayan. Matulog nang sapat sa oras at kumain ng masustansyang pagkain.

Panatilihin ang Kapayapaan

Kaaya-ayang manirahan sa isang pamayanang payapa at ligtas sa anumang kapahamakan.

Kailangang sumunod sa mga tuntunin para mapanatili ang kaayusan at kapayapaan ng ating paligid. Kailangan makisama sa ibang tao sa mga mabubuting gawain. Iwasan ang hindi pag-kakaunawaan. Magtulungan tungo sa kapayapaan.

Mga Kanais-nais na Saloobin at Pagpapahalaga sa Paggawa

May kanya-kanyang saloobin at pagpapahalaga ang bawat tao sa kanyang gawain. Natitimbang ang bawat tao sa kanyang gawain. Natitimbang ang ating pagpapasiya na alam nating makatutulong sa pag-unlad ng ating pamumuhay.

Tayo mga Pilipino ay may kanais-nais na saloobin na nakatutulong sa pagpapabuti ng ating pamumuhay. Naririto ang mga saloobin na dapat nating pairalin para tayo ay magtagumpay.

Pagiging Masipag

Ang kasipagan ay nagdudulot ng kaunlaran. Magkakaroon ng mabuting pamumuhay ang taong masipag sa paggawa at gumagamit ng oras sa tamang gawain.

Aralin 15 Pagtutulungan sa Pagtatamo ng Mithiin at Kanais-nais na Saloobin at Pagpapahalaga sa Paggawa

Pagiging Malikhain

Ang pagiging malikhain ay likas sa ating mga Pilipino. Tayo ay nakagagawa ng mga bagay na maaaring ibenta at pagkakitaan, tulad ng mga bag, plorera, kuwadro, at iba pang mga gamit na mula sa pinatuyong dahon ng niyog.

Ang iba naman ay gumagawa ng iba't ibang disenyo upang maakit ang mga mamimili at madaling maibenta sa mga pamilihan.

Ang ilan sa ating mga kababayan ay nakagawa ng mga bagay na nakatulong sa ating bansa. Si Agustin Garcia ay nakaimbento ng *air wheel*- isang makinang ginagamit ang enerhiyang solar o init ng araw para sa pagpapatakbo ng bomba ng tubig sa bukid. Ang kalang de-uling ay ginawa naman ni Edelmiro Quibilan. Si Felipe Asla ay nakatuklas ng isang uri ng tubo na maaaring mapagkunan ng higit na maraming asukal.

Pagiging Matiyaga

Mabuting kapalaran ang naghihintay sa mga taong matiyaga sa gawaing kanilang pinapasukan. Halimbawa ay ang mga taong matiyagang nagpupunta sa kagubatan para maghanap ng mga dapo o bulaklak gubat. Sinusuong nila ang panganib para lang makakuha sa mga gubat ng mga orkidyas na ibinebenta.

Pagsisikap na Mapabuti ang Gawa

Ang mga mananahi sa pabrika ay nagsisikap na gumawa ng mga damit.

Sinisikap nilang maging maayos at matibay ang mga tinatahi nilang damit.

Magaganda at maaayos na disenyo ang kanilang ginagawa para magustuhan ng may-ari ang kanilang mga tahiin.

Handa silang tumanggap ng mga mungkahi para mapabuti ang kanilang mga ginagawa.

Pakikipagsapalaran

Libu-libong mga Pilipino ang nagtutungo sa iba't ibang bansa ng ating mundo para makipagsapalaran.

Marami sa kanila ang nagtutungo sa America, Canada, Japan, China, Malaysia, Borneo, Thailand, Korea, at Vietnam para maghanapbuhay upang mapaunlad ang kanilang kabuhayan.

May mga Pilipino rin na nagtutungo sa mga bansa ng Europa tulad ng France, Italy, Spain, Portugal, Great Britain at iba pa.

May mga mang-aawit at mga mananayaw tayong nagtatrabaho sa mga bansang nabanggit.

Marami tayong mga doktor at nars na nasa America at nagtatrabaho sa mga pagamutan. Mayroon ding mga Pilipinong nagsipunta sa Hawaii at ilang estado ng America tulad ng New York at California.

Maraming mga Pilipinong nagtatrabaho sa mga bansa sa Asia, tulad ng Malaysia, China, Japan, at Korea.

May mga *contract workers* tayo sa mga minahan sa Saudi Arabia at Iraq.

Mayroon din tayong mga guro na nagtuturo sa iba't ibang panig ng daigdig. Marami sa mga Pilipinong ito ang umani ng tagumpay, pero mayroon ding mga Pilipinong nabigo, nasawi at nagkaroon ng marahas na karanasan na hindi nila makalilimutan.

Kahit na marami ang mga hindi nagtagumpay sa kanilang pakikipagsapalaran, marami pa rin ang nagnanais na makapagtrabaho sa ibang bansa.

Aralin 15　Pagtutulungan sa Pagtatamo ng Mithiin at Kanais-nais na Saloobin at Pagpapahalaga sa Paggawa

二　单词表　Talasalitaan

pagtatamo	获得
pagtutulungan	互相帮助
malinang	改善
magaan	轻的
madali	简单的、快的
bunso	最小的孩子
gawaing-bahay	家务
paglalaba	洗衣服
pagpaplantsa	熨衣服
makiisa	团结
pagpapanatili	保持
pagkukumpuni	修理
bayahihan	互相帮助
kagipitan	困境
naaksidente	遭遇事故
pag-aalay	奉献
nasalanta	使……残疾、遭遇灾难
kalamidad	灾难
pagsali	参与
kampanya	活动
kapakinabangan	好处
paghahayupan	养殖
pagtitipid	节俭
kaaya-aya	令人愉快的
kapahamakan	灾难

tuntunin	规定
iwasan	避免
pagkakaunawaan	理解
kanais-nais	令人向往的
mamitas	摘
natitimbang	平衡
pagpapasiya	决定
pairalin	实施
plorera	花瓶
kuwadro	相框
pinatuyo	干燥的
disenyo	设计
kababayan	同乡
makina	机器
kalan	火炉
uling	炭
kapalaran	运气
sinusuong	面对危险
panganib	危险
mungkahi	建议
pagamutan	诊所
estado	州
minahan	矿井
panig	部分
nabigo	遭受打击、失败
nasawi	遭遇不幸、死亡
marahas	暴力的
makalilimutan	忘记

Aralin 15 Pagtutulungan sa Pagtatamo ng Mithiin at Kanais-nais na Saloobin at Pagpapahalaga sa Paggawa

三 注释 Tala

1. Iniiwasan natin ang magkalat sa paligid. 一句是典型的动词性名词主语，即主语是magkalat构成的动词词组，但在句中担任主语，语法意义类似于名词，意思则为"乱扔垃圾（的人或行为）"。类似的，菲律宾语中还有很多动词性名词宾语的现象，都是由动词或动词词组来充当名词性成分。

2. May bayanihan ding nagaganap sa pagtatanim at pag-aani ng palay. 句中nagaganap构成的被动句作为bayanihan的修饰语，通过连接结构与主句相连，连接结构又因为置入了din而传递成为了ding。但是实际翻译中，这样表示存现的主从复合句，应译为"有某东西做某事"的句式。Marami、ilan、kaunti等词构成的存现句也存在此现象。

3. kanya-kanya表示"各自的"，单独用的kanya除了常见指称第三人称单数，也可以表达"他人的""个人的"。

四 练习 Pangkasanayan

1. **Buuin ang pangungusap pag gamitin ang mga sumusunod na salita.**

    (1) magtulungan

    (2) pamayanan

    (3) tuntunin

    (4) magkatulong

    (5) malinis

    (6) saloobin

    (7) matiyaga

    (8) masikap

    (9) masipag

(10) kapalaran

2. **Isalin ang mga parirala sa wikang Filipino.**

    (1) 整理卧室

    (2) 打扫教室

    (3) 照顾年幼的兄弟姐妹

    (4) 搬家

    (5) 捡垃圾

    (6) 洗衣服

    (7) 洗盘子

    (8) 缝补衣服

    (9) 晒衣服

    (10) 汲水

    (11) 摘果子

3. **Isulat ang kasalungat ng mga sumusunod na salita o parirala.**

    (1) masipag

    (2) madalas

    (3) maayos

    (4) malakas ang loob

    (5) makupad

4. **Pagsusulat sa paksang "Kasipagan" o "Pagtutulungan".**

五　课后阅读　Pagbabasa sa Gawain Bahay

Katutubong Kultura

Ang ating mga ninuno ay may sariling pamamaraan ng pamumuhay. Natutuhan nilang iangkop ang uri ng kanilang pamumuhay sa kanilang kapaligiran.

Aralin 15 Pagtutulungan sa Pagtatamo ng Mithiin at Kanais-nais na Saloobin at Pagpapahalaga sa Paggawa

Ang katutubong kultura ay nahahati sa dalawa. Ang mga ito ay ang materyal at di-materyal na bahagi ng kultura. Binubuo ng mga bagay na nahahawakan at nakikita ang materyal na kultura. Ito ay ang tirahan o bahay, kasuotan, pagkain, at kasangkapan. Binubuo naman ang di-materyal na kultura ng mga kaugalian, paniniwala, wika, relihiyon, pamahalaan, edukasyon, at sining. Kabilang din dito ang panitikan, musika, at mga pagpapahalaga ng mga Pilipino.

Mga Materyal na Bahagi ng Kultura
Pananamit o Kasuotan

Noong una, ang mga sinaunang Pilipino ay nagsusuot lamang ng mga balat ng kahoy, mga dahon o mga balat ng hayop bilang saplot sa kanilang mga katawan.

Sa paglipas ng panahon, natuklasan nilang maghabi. Nang tumagal, mga hinabing damit na ang kanilang ginagamit. Nilagyan nila ang mga ito ng kulay mula sa dagta ng mga ugat ng kahoy at mga dahon.

Maipagmamalaki ang kasuotan ng ating mga ninuno. Ang mga kalalakihan ay nakasuot ng kangan bilang pang-itaas at bahag bilang pang-ibaba. Ang kangan ay walang manggas at kwelyo. Ito ay nilalagyan nila ng desenyo. Naglalagay sila ng panali sa ulo na tinatawag na putong.

Ang mga babae naman ay nagsusuot ng baro bilang pang-itaas at saya na pang-ibaba. Nagsusuot din sila ng mga palamuti tulad ng pulseras at kwintas.

Ang iba naman ay pinipintahan ang kanilang katawan. Higit na maganda raw ang babae o lalaking may pinta ang katawan. Tatu ang tawag dito. Tinatawag na pintados ang mga Bisaya dahil sila ang may pinakamaraming tatu noong araw.

Pook-Tirahan ng mga Unang Pilipino

Iba't ibang lugar ang naging panahanan ng ating mga ninuno. May mga nanirahan sa tabi ng dagat o baybay dagat at sa bunganga ng ilog. Malaking tulong sa mga unang Pilipino ang mga anyong tubig dahil pinagkukunan nila ito ng kanilang pagkain. Maraming isda, igat, alimango, suso, at hipon ang nakukuha sa mga katubigan. Mahalaga rin sa kanila ang tubig para pampaligo, panghugas, inumin, at panlaba. Ang iba naman ay nanirahan sa loob ng kweba.

Nang lumaon, lumawak ang pananahanan ng mga sinaunang Pilipino. Naisipan na rin nilang magtayo ng pamayanan sa kabundukan at kagubatan.

Hinawan nila ang kagubatan sa pamamagitan ng pagkaingin. May mga tribong matatagpuan ang tirahan sa itaas ng mga puno. Nilalagyan nila ito ng hagdan na kanilang inaalis pagsapit ng gabi upang hindi sila pasukin at akyatin ng mga mababangis na hayop at mga kaaway.

Yari sa kawayan, kugon, pawid, at kahoy ang bahay ng mga ninuno natin. Iniangkop nila sa klima ng lugar at sa kanilang kapaligiran ang uri ng kanilang bahay.

Mayroon ding palipat-lipat ng tirahan tulad ng mga Ita. Pansamantala lamang ang kanilang tirahan. Ito'y yari lamang sa kahoy, dayami, dahon ng niyog, at mga sanga ng puno.

Ang pananahanan ay maaaring binubuo ng maliliit o malalaking angkan. May panahanang hiwa-hiwalay at ang iba naman ay kumpul-kumpol.

May panahanan na nasa tubigan. Nasa bangka ang kanilang bahay. Bangkang-bahay ang tawag dito. Makikita ito sa bahaging Sulu. Mayroon ding mga bahay na matataas ang haligi at ang silong ay imbakan ng mga panggatong, mga inaning palay at kulungan ng mga alagang hayop. Ang

Aralin 15 Pagtutulungan sa Pagtatamo ng Mithiin at Kanais-nais na Saloobin at Pagpapahalaga sa Paggawa

ganitong uri ng bahay ay makikita sa bahagi ng Luzon. Makikita pa ba ang ganitong uri ng bahay sa ngayon?

Kasangkapan at Kagamitan

Payak ang kasangkapan ng mga sinaunang Pilipino. Kabilang dito ang mga armas na ginagamit nila sa pangangaso, panghuhuli ng isda, at pangunguha ng pagkain sa paligid, tulad ng itak, pana, kutsilyo, sibat, palakol, at iba pa. Noong una, yari ang mga kasangkapang ito sa bato, kahoy, at luwad. Hinugis nila ang bato at pinakinis upang makagawa ng bangko. Gumamit din sila ng mga kabibe at kristal bilang palamuti sa kanilang katawan, tulad ng kwintas, hikaw, pulseras, at palawit.

Nang tumagal ay nadagdagan ang kanilang kaalaman at kalinangan. Natutunan na nilang gumamit ng mga kasangkapang yari sa metal tulad ng ginto at bakal. Gumamit na rin sila ng araro at suyod upang magamit sa pagsasaka. Ang mga salakab naman at suwiki ay ginamit nila sa pangingisda.

Ang malalaking biyas ng kawayan ay ginamit nila sa pag-igib ng tubig. Ang mga bao ng niyog ay pinaglalagyan nila ng tubig bilang inuman. Ginagawa rin nila itong sandok. Ang malalaking tapayan ay pinaglalagyan nila ng tubig sa mga batalan ng bahay.

Pagkain

Mahalaga sa ating mga ninuno ang kanin. Ito ang pangunahing pagkain ng ating mga ninuno. Bukod sa kanin, inihahanda rin nila sa hapag ang mga nilutong halamang ugat tulad ng kamote, ube, gabi at marami pang iba. Mayroon din silang karne, mga pagkaing-dagat tulad ng isda, alimango, suso, at marami pang iba. Kumakain din sila ng gulay at prutas. Niluluto nila sa bumbong ng kawayan at sa palayok ang kanilang pagkain. Ang iba ay iniihaw nila sa apoy. Kung minsan naman ay kinakain ito ng hilaw na parang kilawin.

Nakalapag lamang sa sahig ang mga pagkain nila habang kumakain nang nakakamay sa mga dahon ng saging.

Panitikan

Pasalita at pasulat ang unang panitikan ng ating mga ninuno. May panitikan na sila bago dumating ang mga Español. Binubuo ito ng alamat, epiko, kuwentong bayan, bugtong, palaisipan, awiting-bayan, salawikain, at kasabihan. Ang mga ito ay nagpasalin-salin sa mga bibig ng mga magulang, anak, at mga apo.

Mga epiko ng ating mga ninuno:

1. Indarapatra at Sulayman – epikong Muslim

2. Biag ni Lam-ang – epikong Ilocano

3. Hudhud at Alim – epikong Ifugao

Halimbawa ng panitikang pasalita ng ating mga ninuno:

1. Salawikain: "Kapag may hirap, may ginhawa"

2. Bugtong: Kaibigan ko, kasama-sama ko, Lalo't gabi, at maliwanag ang buwan (anino)

Sining at Agham

Mahusay sa sining ang mga sinaunang Pilipino. Makikita ang kahusayan nila sa sining sa mga hinabi nilang tela, sa anyo at mga istilo ng bahay, mga tatu sa katawan, at sa mga inukit at nililok na mga istatwa at mga may disenyong banga.

Gumamit sila ng mga halaman-gamot upang gumaling ang kanilang mga karamdaman. Alam nila ang uri ng halamang panggamot na inilalapat sa bawat karamdaman.

Aralin 15   Pagtutulungan sa Pagtatamo ng Mithiin at Kanais-nais na Saloobin at Pagpapahalaga sa Paggawa

Edukasyon

Walang pormal na edukasyon ang mga sinaunang Pilipino ngunit marunong silang magbasa at magsulat. Ang kanilang kaalaman ay dulot ng karanasan at pagmamasid sa kapaligiran. Nag-uugat din ito sa tahanan. Itinuturo ng mga magulang ang kaalaman tungkol sa pangingisda, pagsasaka, pagluluto, pagmimina, pangkabuhayan, at iba pa. Inihahanda ng mga magulang ang kanilang mga anak para sa maayos na pamumuhay sa pagdating ng panahon.

Ginamit nila ang matutulis na bagay o kutsilyo bilang panulat. Sinusulatan nila ang mga dahon ng halaman. Balat ng puno at biyas ng kawayan. Ang dagta ng halaman ay ginagamit din nilang tinta sa pagsulat.

May abakada rin ang ating mga ninuno. Binubuo ito ng 17 titik. Tatlo lamang ang patinig at labing-apat ang katinig. Binibigkas nang pa-pantig ang bawat titik.

参考文献

Amado E. Borbon, *Pilipinas: Bayan Ko 4*, The Bookmark, Inc., 2004.

Ligaya C. Buenaventura, *Let's Converse in Filipino*, Phoenix Publishing House, Inc., 1991.

Clifford P. Esteban, *Pilipinas: Bayan Ko 5*, The Bookmark, Inc., 2004.

Ethel H. Estrella, *Pilipinas: Bayan Ko 1*, The Bookmark, Inc., 2004.

Ruben M. Milambiling, *Pilipinas: Bayan Ko 3*, The Bookmark, Inc., 2004.

Laura V. Ocampo, *Pilipinas: Bayan Ko 2,* The Bookmark, Inc., 2004.

后 记

　　北京大学菲律宾语专业，在最初的教学活动中，主要依靠来自菲律宾师范大学和菲律宾雅典耀大学的外籍教师所带来的讲义和教材开展课堂教学活动。随着中国社会对于菲律宾越来越关注，与菲律宾的交流不断深入，对于适合中国学习者教材的需求与日俱增。2001年，菲律宾语教研室就将教材编写工作列为专业建设的主要内容，并开始收集、积累编写教材所需的资料。2003年，《菲律宾语300句》出版，一方面是作为口语的实用性教材，另一方面是作为教材编写工作的阶段性成果。此后，菲律宾语基础教材编撰工作就在一边编写、一边实践的模式下展开，2006年完成了第一册的初稿，并运用于教学实践，2007年完成了第二册、第三册的初稿，并运用于教学实践。在教学实践中不断修改、补充，最终完成了现在与广大读者见面的系列教材。

　　教材的编写工作，离不开语言资料的积累。本教材的语言资料主要来自外教的自编讲义、*Basic Tagalog for Foreigners and Non-Tagalogs*、*Ang Bayan Ko*、*Let's converse in Filipino*、网络语言资料等诸多方面，有的语言资料是在整理教研室资料的时候发现的，有的资料是在留学、访学的过程中从报纸、期刊中找到的，甚至是在与当地人的交流中得到的。由于语言是随着社会在不断发生变化的，课文中一些语言材料所涉及的社会背景也在发生变化，例如菲律宾货币购买力的变化，课文在使用这些语言材料的过程中，保留了原文的表达方式。

　　在教材的编写过程中，得到了菲律宾语专业外教Florentino

Hornedo、Nenita Escasa、Jenneth Candor、Marco Lopez、Joseph Salazar、Ariel Diccion等老师的大力支持。他们的教学材料和教学实践，都使本教材的编写受益良多。1998级的本科生参与了一部分基础材料的整理工作，2002级之后的历届本科生都参与了教材的教学实践，并对教材提出了改进意见。还有关心和支持菲律宾语专业发展的人士、校友也对教材的编写提供了帮助，在此一并致以衷心的感谢。

本教材的编写历程，实际上就是菲律宾语专业最初的发展历程。教材的出版，只是菲律宾语教学工作的一个阶段成果。菲律宾语的教学活动和教学探索，将在此基础上，继续前进。

编者

2017年4月于燕园